AF518806

வித்யா சுப்ரமணியம்

1983ல் 'முதல் கோணல்' என்ற நெடுங்கதையோடு மங்கையர் மலரில் அறிமுகமானவர். அதே மங்கையர் மலரில் 'துன்பம் நேர்கையில்' என்ற தொடர்கதையையும் எழுதினார். பின்னர் ஆனந்த விகடன், கல்கி, கலைமகள், அமுதசுரபி, குமுதம், சாவி, இதயம் பேசுகிறது என அனைத்து முன்னணி இதழ்களிலும் இவரது படைப்புகள் வெளியாகின.

இருநூற்றுக்கும் மேற்பட்ட சிறுகதைகள், நூற்றுக்கும் மேற்பட்ட நாவல்கள், கட்டுரைகள் எழுதி இருக்கிறார்.

தமிழக அரசின் இலக்கிய விருது உட்பட்ட பல்வேறு இலக்கிய விருதுகளைப் பெற்றுள்ளார்.

தமிழக அரசின் வருவாய் நிர்வாகம் மற்றும் சமூக நலத்துறையில் பணியாற்றி ஓய்வுபெற்றவர்.

எழுத்து தவிர இறை ஓவியங்கள் மற்றும் கேரள மியூரல் ஓவியங்கள் வரைவதில் ஆர்வமுள்ளவர்.

மின்னஞ்சல் முகவரி: nilavidya@yahoo.com

ஆசிரியரின் பிற நூல்கள்

உப்புக்கணக்கு
கொடிச்சி
தென்னங்காற்று
ஆகாசத்தூது
அக்னிபுத்ரி
கோபுரக்கலசங்கள்
பரசுராமன்
உன்னிடம் மயங்குகிறேன்
யமுனா நதி
வனத்தில் ஒரு மான்
ராமர் பாதம்
ஆசைமுகம் மறந்தாயோ?
அவள் முகம் காண
ஆகாய மலர்கள்
குன்றன நிமிர்ந்து
நீரவர் கேண்மை
முதல் மழை
மண்பொம்மை
வலம்புரிச்சங்கு
காவிரிக்கரையில் ஒரு காதல் கதை
ஊமைக்குயில்
சரஸ்வதி நதி
சம்ஹாரம்

இன்னும் பல...

காசி தமிழ்ச் சங்கமம்

வித்யா சுப்ரமணியம்

காசி தமிழ்ச் சங்கமம்
வித்யா சுப்ரமணியம் ©

சுவாசம் பதிப்பகம்

Kasi Tamil Sangamam
by Vidya Subramaniam ©

First edition: April 2024

ISBN: 978-81-19550-98-2
Title Number: Swasam 145

Published by:
Swasam Publications Private Limited,
52/2, Near B.S Mahal, Ponmar,
Chennai, Tamil Nadu – 600127
Email: swasam.publications@gmail.com

Printed by: Adyar Students Xerox, Chennai – 600 002

To buy the book: Swasam Bookart - +91-8148066645
Website: https://www.swasambookart.com/

உள்ளே...

1

சில மாதங்களுக்கு முன்பு என்னிடம் எந்த ஜோதிடரேனும் வந்து, 'நீ விரைவில் காசிக்குச் சென்று வருவாய்' என்று கூறியிருந்தால் நான் நம்பியிருக்க மாட்டேன். காசிக்குச் செல்வதென்பது எனது நீண்ட நாள் கனவுதான் என்றாலும் அப்போதைக்குச் செல்லும் எண்ணமிருக்கவில்லை. அடுத்த ஆண்டில் செல்வதற்குத்தான் நானும் எனது தோழி ஒருத்தரும் முடிவு செய்திருந்தோம். ஆனால், ஈசனோடு அயோத்தி ராமனும் நம்மைக் காணவேண்டுமென்று முடிவெடுத்துவிட்டால், நாம் அவர்கள் முன்பு நின்றுதானே ஆகவேண்டும்.

2022ம் ஆண்டு நவம்பர் மாதம் பாரதப் பிரதமர் மோதிஜி அவர்கள் காசி தமிழ்ச் சங்கமம் பற்றிய அறிவிப்பை வெளியிட்டபோது,எனக்கெல்லாம் இதில் சென்றுவரும் வாய்ப்பு எங்கே கிடைக்கப்போகிறது என்றுதான் நான் நினைத்திருந்தேன். இருப்பினும் என்னையும் மீறி எனக்குள் ஓர் ஆசை ஏற்படத்தான் செய்தது. ஆனால் இதற்கு எப்படி விண்ணப்பிப்பது என்றுகூட உண்மையில் எனக்குத் தெரிந்திருக்கவில்லை. அப்படியே தெரிந்துகொண்டு விண்ணப்பித்தாலும் பல லட்சம் விண்ணப்பங்களுக்கு இடையில் எனக்கு வாய்ப்பு கிடைக்குமா என்பதே கேள்விக்குறிதான். எனவே நான் அந்த ஆசையைக் கைவிட்டேன். ஆயினும் ஈசனுடன் நான் தினமும் மானசீகமாகப் பேசினேன்.

'நான் வணங்கும் ஈசனே, ராஜ யாத்திரையாக வாவென்று இரண்டுமுறை கைலாசத்திற்கு

அழைத்தாய், சாகசப் பயணம் செய்து வா என ஆதி கைலாஷ் அழைத்தாய், பொதிகை மலையின் உச்சியைக் காணச் செய்தாய், சதுரகிரியும் பர்வதமலையும் ஏற வைத்தாய், கொல்லிமலைக் காட்டினூடே கால்நடையாக மலையேறி வந்து தரிசிக்கும் அனுபவத்தைத் தந்தாய், நான் சற்றும் எதிர்பாராதபோது என்னை உஜ்ஜெயின் வரவழைத்து மஹாகாலேஸ்வரனாகவும், நர்மதையின் கரையில் ஓங்காரேஸ்வரனாகவும் எனக்குக் காட்சி தந்தாய், இன்னும் எத்தனை எத்தனையோ ஊர்களுக்கும் என்னை வரவழைத்து உன் சிவரூபம் காட்டினாய். ஆனால், ஏன் இன்னும் ஹிந்துக்களின் புனித நகராகிய காசிக்கு மட்டும் என்னை அழைக்க மறுக்கிறாய்? எப்போது அழைப்பாய்? எப்போது வராணசியில் காசி விஸ்வநாதனாக நான் உன்னைக் காண்பேன்?' - இப்படி நான் புலம்பும்போதெல்லாம் அவன் மௌனமாகப் புன்னகைத்தான். அதன் பொருள், 'நேரம் வரும், அதுவரை காத்திரு' என்பதாகப் புரிந்துகொண்டேன்.

நான் அவனிடம் விண்ணப்பித்துக் காத்திருந்தேன். உண்டா இல்லையா என்ற என் கேள்விக்கு அவனிடமிருந்து கிடைத்த பதில் வெறும் மௌனம் மட்டுமே. அவனது மௌன மொழி எனக்குப் புரியாததால், பத்து நாட்கள் முன்புவரைகூட இதற்கான நேரம் கனிந்து வருவதை என்னால் உணரமுடியவில்லை.

டிசம்பர் ஆறாம் தேதி முற்பகல் ஒரு தொலைபேசி அழைப்பு வர, எடுத்துப் பேசினேன். ஐஐடி மெட்ராஸில் இருந்து காசி தமிழ்ச் சங்கம ஒருங்கிணைப்பாளர் பேசுவதாகக் கூறினார். "உங்கள் காசிப் பயணம் உறுதிசெய்யப்பட்டது. நாளை மறுநாள் பதினோரு மணிக்கு எக்மோர் வந்துவிடவும். உங்கள் பிஎன்ஆர் நம்பரைக் குறித்துக்கொள்ளுங்கள். ஒருவேளை உங்களால் வரமுடியாதென்றால் இன்று மாலைக்குள் எங்களுக்குத் தெரிவித்துவிடுங்கள்" என்றார். "இந்த அழைப்புக்காகத்தானே நான் காத்துக்கொண்டிருக்கிறேன். என் பயணத்தை இப்போதே உறுதிசெய்கிறேன்" என்றேன். "நல்லதுமா, எழும்பூர் ஸ்டேஷனில் பார்ப்போம்" என்றபடி ஃபோனை வைக்கப்போனவரிடம், அவரது பெயர் கேட்டேன். "கலைச்செல்வி ஸ்ரீநிவாஸ்" என்றார். பயணம் தொடர்பான மேலும் சில தகவல்களைக் கூறிய பின்பு, அவர் ஃபோனை வைத்தார். 'ஆஹா! எத்துணை கனிவான, அன்பான, அக்கறையான குரல்!' என அன்றைய நாள் முழுதும் வியந்தபடியிருந்தேன்.

வெகுநாளாக நான் ஏங்கித் தவித்துவந்த என் காசிப் பயணம் ஒரு நொடியில் உறுதியாகவும், நான் திகைத்துத்தான் போனேன். சொல்ல இயலாத பரவசத்தில் ஆழ்ந்தேன். இது கனவா அல்லது நனவா என்று ஒருமுறை என்னைக் கிள்ளிப் பார்த்துக்கொண்டேன். இடையில் ஒரேயொரு நாள்தான் இருந்தது. அதற்குள் தேவையானவற்றையெல்லாம் எடுத்துவைத்துக்கொள்ள வேண்டும். என் உள்ளங்கால் முதல் உச்சந்தலை வரை அலை அலையாய் ஒருவித சந்தோஷ அதிர்வு பரவிற்று. நான் பரபரப்பாய் என் பயணப் பெட்டியைத் தயார்செய்தேன். எனது பயணப்பெட்டி சில மணி நேரங்களில் தயாரானது.

மறுநாள் விடியற்காலை மூன்றரைக்கெல்லாம் எனக்கு விழிப்புவர, வெளியில் வந்து மேற்கு வானிலிறங்கும் நிலவை ரசித்துக்கொண்டிருந்தேன். இதைத்தான் ‘அவனருளால் அவன் தாள் வணங்கி’ எனச் சொல்கிறோம். அப்படித்தான் திடீரென அவன் என்னைக் காசி தமிழ்ச் சங்கமம் மூலமாக அழைத்தான். அதுவும் ராஜமரியாதையுடன் நான் காசிக்கு வரவேண்டுமென்று வரமும் தந்தான்.

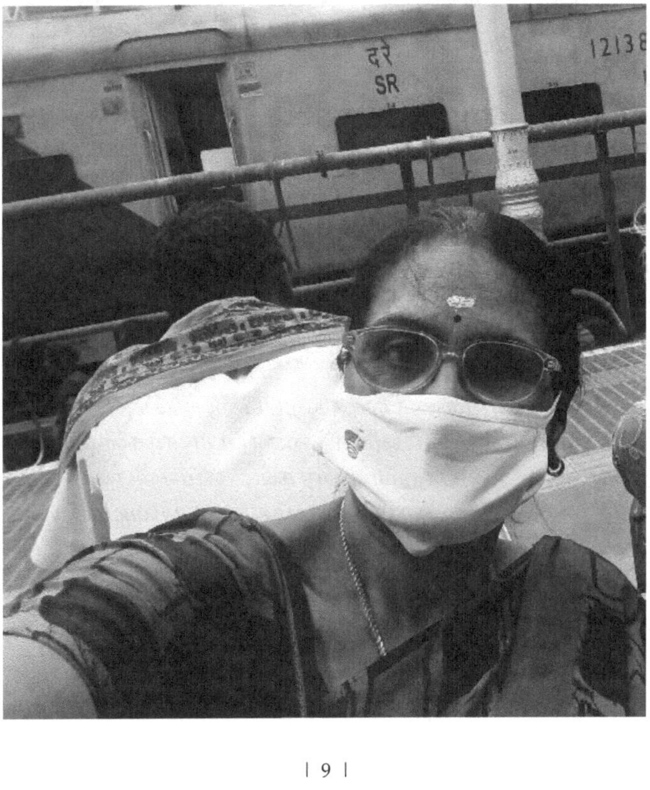

குறித்த நேரத்தில் நான் எழும்பூர் ரயில்நிலையத்தில் இருந்தேன். அங்கே நுழைவிடத்திலேயே ‘காசி தமிழ்ச் சங்கமம்’ என்ற பதாகையுடன் ஒரு டேபிள் சேர் போடப்பட்டிருந்தது. அங்கே எங்கள் அனைவரது ஆதார் அட்டையின் நகல்களையும் பெற்றுக்கொண்டு, எங்களுக்குக் கழுத்தில் மாட்டிக்கொள்ளும் ஓர் அடையாள அட்டையும், ‘காசி தமிழ்ச் சங்கமம்’ என்று பொறிக்கப்பட்ட அழகானதொரு சணல் பையும் கொடுத்தார்கள். ‘ஜிப்’ பொருத்தப்பட்ட அந்தச் சணல் பை எங்கள் பயணத்தில் மிகவும் உபயோகமாக இருந்தது.

நேரம் ஆக ஆகச் சிவனடியார்கள், சிவாச்சார்யார்கள் மற்றும் ஈசனின் அருளால் காசி தமிழ்ச் சங்கமம் மூலம் பயணிக்க அனுமதி கிடைத்த சாதாரணர்கள் என்று பலரும் வந்துகொண்டேயிருந்தனர். ரயிலடியே சிவமயமாகி விட்டாற்போலிருந்தது. எங்கும் சிவ நாமம் ஒலித்தது. ரயில் புறப்படும் முன்பு எங்களை வழியனுப்ப ஐஆர்சிடிசி ஊழியர்கள், ஐஐடி பொறுப்பாளர்கள், ஒருங்கிணைப்பாளர்கள், பாஜகவைச் சேர்ந்த முக்கியப் பொறுப்பாளர்கள், எம்எல்ஏக்கள், மத்திய மந்திரிகள் என்று பலரும் எழும்பூர் ரயிலடியில் குவியத் தொடங்க, ரயிலடியே கலகலத்தது. ‘வந்தே மாதரம், பாரத் மாதாகி ஜே, ஹர்ஹர் மஹாதேவ், ஜெய் ஸ்ரீராம்’ எனக் கோஷங்கள் முழங்கின.

என்னோடு ஃபோனில் பேசிய தேவதை கலைச்செல்வி, எங்கள் அனைவரையும் வழியனுப்ப, ரயில்நிலையத்திற்கு

நேரிலும் வந்து, எங்களோடு அன்பாகப் பேசி செல்ஃபி எடுத்துக்கொண்டார்.

●

சரி, காசி தமிழ்ச் சங்கமம் என்றால் என்ன? இதைப் பற்றித் தொலைக்காட்சிச் செய்திகளில் பார்த்திருப்பீர்கள். இருப்பினும் சுருக்கமாகக் கூறிவிடுகிறேன். ஹிந்துத் தர்மத்தின்

ஆன்மிக நகரம் எனப்படும் காசி எனும் வராணசி உலகின் மிகத் தொன்மையான ஒரு நகரமாகும். அதேபோலத் தமிழ்நாடும் தொன்மையான வரலாறு கொண்ட ஒரு மாநிலமாகும். தமிழ்மொழியும் தமிழ் இலக்கியங்களும் மிகவும் தொன்மையானவை என்பதற்குச் சான்றுகள் பலவும் உள்ளன. அதேபோல, காசி மற்றும் தமிழகம் இரண்டுமே பாரதத்தின் அறிவுப் பெட்டகங்களாக ஞானத்தின் உச்சியில் இருக்கின்றன. இவை இரண்டுமே வெகு தொலைவில் இருந்தாலும் பல ஆழமான கலாசார உறவுகளையும் கலைத் தொடர்புகளையும் தமக்குள் கொண்டுள்ளன. நமது திருமணங்களில்கூட காசி யாத்திரை என்றவொரு சடங்கு நடைபெறும். பண்டைய காலம் முதற்கொண்டு இன்றளவும் ஹிந்துக்கள் காசி - ராமேஸ்வரம் தீர்த்த யாத்திரை செய்து தங்களது முன்னோர்களுக்கு நீத்தார் கடன்கள் செய்து வழிபடுவது வழக்கமாக இருந்து வருகிறது. முதலில் ராமேஸ்வரம் சென்று கடலில் நீராடி அங்கிருந்து தீர்த்தம் எடுத்துக்கொண்டு காசிக்குச் சென்று விஸ்வநாதருக்கு அபிஷேகம் செய்து, கங்கையில் நீராடி, கங்கையிலிருந்து கங்கா ஜலம் எடுத்துக்கொண்டு, மீண்டும் ராமேஸ்வரம் சென்று அங்கே மண்ணால் சிவலிங்கம் பிடித்து, கங்கா ஜலத்தால் அபிஷேகம் செய்து தங்கள் தீர்த்த யாத்திரையை முடித்துக்கொள்வது தொன்றுதொட்டு ஒரு மரபாகவே இருந்து வருகிறது.

எனவே, இந்தியக் கலாசாரத்தின் மிகப் பெரிய தூண்களாக விளங்கும் காசி மற்றும் தமிழகம் இரண்டிற்கும் இடையிலுள்ள தொப்புள்கொடி உறவைப் பலப்படுத்தவும், இவற்றின் பாரம்பரியம் பற்றிய புரிதலை அடுத்த தலைமுறைக்கு எடுத்துச்செல்லவும், மக்களுக்கிடையே ஆழமான பிணைப்பை வலுப்படுத்தும் நோக்கத்துடனும் நம் பாரதப் பிரதமர் நரேந்திர மோதியால் நடைமுறைப்படுத்தப்பட்டதுதான் காசி தமிழ்ச் சங்கமம். இதன் தாரக மந்திரம் 'ஒரே பாரதம் உன்னத பாரதம்' என்பதே.

மத்திய அரசின் இத்திட்டத்தில் ஐஐடி மெட்ராஸ், ஐஆர்சிடிசி மற்றும் பனாரஸ் பல்கலைக்கழகம் ஆகிய மூன்றும் கைகோர்க்க, ஐஐடியின் இணையத்தளம் மூலம் மக்கள் இந்த யாத்திரையில் கலந்துகொள்ள விண்ணப்பிக்கலாம் எனத் தெரிவிக்கப்பட்டது. விண்ணப்பித்த பல்லாயிரக்கணக்கானோரில் ஐஐடி சென்னை மூலம் தேர்ந்தெடுக்கப்பட்ட சுமார் 2,500 பேர்கள் பன்னிரண்டு குழுக்களாகப் பிரிக்கப்பட்டு மத்திய அரசின் செலவில் ராஜ

மரியாதையுடன் நமது ஆன்மிகத் தலைநகரம் எனப்படும் வராணசிக்கு அனுப்பிவைக்கப்பட்டனர்.

இதன் பத்தாவது குழுவில் இணைந்து காசிக்கும் அயோத்திக்கும் சென்று தரிசித்து வரும் மகத்தான பேறு எனக்கும் கிடைத்ததை என் பூர்வஜன்ம புண்ணியமாகவே நினைக்கிறேன். அதுவும் மகாகவி பாரதியின் பிறந்த தினமான டிசம்பர் பதினொன்று அன்று காசியில் பாரதி வாழ்ந்த வீட்டையும், அவருடைய சிலையையும் தரிசிக்கும் வாய்ப்பு எங்களுக்குக் கிடைத்ததென்பது கூடுதல் அதிர்ஷ்டம்.

2

ராமேஸ்வரத்திலிருந்து கிளம்பிய ராமேஸ்வரம் - பனாரஸ் சிறப்பு விரைவு ரயில் சென்னை எழும்பூரில் நுழைந்து நடைமேடையில் நின்றது. ரயில் பெட்டியின் வெளிப்புறம் பாரதப் பிரதமரின் உருவம் வரையப்பட்டிருந்தது. அதன் முன்பு நின்று செல்ஃபி எடுத்துக்கொள்ளப் பலரும் முண்டியடித்தனர். 'வந்தே மாதரம்' கோஷம் முழங்க நாங்கள் அனைவரும் எங்களுக்கான சிறப்புப் பெட்டிகளில் ஏறி. எங்களது இருக்கை எண்ணைத் தேடி அமர்ந்துகொண்டோம்.

எங்கள் அனைவருக்கும் மூன்றாம் வகுப்பு 'ஏசி கோச்கள்' ஒதுக்கப்பட்டிருந்தன. ஒவ்வொரு காசி

தமிழ்ச்சங்கமகோச்சிலும்ஐஆர்சிடிசிஒருங்கிணைப்பாளர்களும் உடன் வந்தனர். தவிர காவல்துறையினரும் எங்களது கோச்களில் ஷிஃப்ட் முறையில் எங்களது பாதுகாப்புக்காகப் பயணித்தனர். இந்தச் சிறப்பு கோச்களில் பாதுகாவலர்களை மீறி வேறெவரும் ஏறிவிட முடியாது. மேற்சொன்ன அத்தனை முக்கியஸ்தர்களும் எங்களை வழியனுப்பி வைக்க, எங்களது ரயில் குறித்த நேரத்தில் கிளம்பியது. பஞ்சாட்சர மந்திரத்தின் ஒலி விண்ணை முட்டியது.

> 'புதுப்பிக்கப்பட்ட அழகான வராணசிக்கு வந்து நான் உன்னைத் தரிசிக்க வேண்டுமென்பதற்காகத்தான், இத்தனை காலம் என்னைக் காத்திருக்கச் சொன்னாயா! இதோ உன்னை நோக்கி எங்கள் சிறப்பு ரயில் வேகமெடுக்கிறது. நன்றி ஈசனே! எங்கள் அனைவரது யாத்திரையும் உன்னருளால் நல்லபடியாக நடக்கட்டும்'

என்று நான் சிவனை மனத்துக்குள் தொழுதேன். *75* ஆண்டு காலச் சுதந்திர இந்தியாவில் இதுவரை யாரும் செய்யாத சாதனையான காசி தமிழ்ச் சங்கமத்தை நடத்தும் பாரதப் பிரமருக்கு என் நெஞ்சார்ந்த நன்றியை மனத்தினுள் கூறிக்கொண்டு, 'ஹர்ஹர் மஹாதேவ்!' என்று சொல்லிக்கொண்டேன்.

●

அந்த விரைவு ரயில் எந்தெந்த ரயில்நிலையங்களிலெல்லாம் நிற்கின்றதோ, அங்கெல்லாம் அந்த ஊரைச் சேர்ந்த பாஜக முக்கியஸ்தர்கள், எம்எல்ஏக்கள், பொது மக்கள் என அனைவரும் ரயில்நிலையத்தில் திரண்டு 'பாரத் மாதாகி ஜே' என்று கோஷமெழுப்பி எங்களை உற்சாகப்படுத்தி வரவேற்று, சால்வைகள் போர்த்தி, இனிப்புகள் கொடுத்துத் தங்கள் மகிழ்ச்சியை வெளிப்படுத்தினர்.

மிக நீண்ட தூர ரயில் பயணமென்றாலும் 'ஏசி கோச்' என்பதால் துளிக்கூட அலுப்பு தெரியவில்லை. உண்பதற்கு வயிற்றில் இடமில்லை என்னுமளவுக்கு வேளா வேளைக்குச் சுவையான காலைச் சிற்றுண்டியும் மதியவுணவும் இரவுணவும் வழங்கப்பட்டன. இந்தப் பயணம் முழுக்க காலையுணவு முதல் இரவுணவு வரை குறித்த நேரத்தில் ஐஆர்சிடிசி நிர்வாகம் ஏற்பாடு செய்து வழங்கியதைப் பாராட்டியே ஆகவேண்டும். உணவு மட்டுமா! இரண்டு வேளை காப்பி, தேநீர், தின்பதற்கு இனிப்பு, ஏதேனும் ஸ்நாக்ஸ் என வந்துகொண்டேயிருந்தன.

தவிர ஒரு நாளைக்கு இரண்டு தண்ணீர் பாட்டில்களும் ஒவ்வொருவருக்கும் வழங்கப்பட்டன.

ஆங்காங்கு ரயில் நிற்கும்போதெல்லாம் 'பாரத் மாதாகி ஜே', 'வந்தே மாதரம்' என்ற விண்ணதிரும் கோஷங்கள் எழும்பியபோது, சுதந்திர போராட்டக் காலத்தில் இருப்பதைப் போன்ற ஒரு தேசபக்தி உணர்வு ஏற்பட்டது.

நவம்பர் 16 முதல் டிசம்பர் 16 வரை மொத்தம் பன்னிரண்டு குழுக்கள் தமிழகத்தின் பலவிடங்களில் இருந்தும் பனாரஸ் நோக்கிச் சிறப்பு ரயில்களில் பயணப்பட்டிருக்கின்றனர். ஒவ்வொரு குழுவிலும் 200 பேர்கள். எங்கள் குழுவிலும் 200 பேர்கள் வந்திருந்தனர். என்னைச் சுற்றி அமர்ந்திருந்த பலருடனும் உரையாடி அவர்களைப் பற்றிக் கேட்டறிந்தேன். விவசாயிகள், தொழிற்சாலைகளில் பணிபுரிபவர்கள், வெள்ளந்தியான கிராமத்துப் பெண்கள், நூறுநாள் வேலைத் திட்டத்தில் பணிபுரிபவர்கள் என எல்லோருமே சாதாரணர்கள். இப்படிக் கதம்ப மாலையின் மலர்கள்போல நாங்கள் அனைவரும் இறையருளால் ஒன்றாக இணைந்து இந்தப் புனித யாத்திரையை மேற்கொண்டோம். அதுவும் பாரதப் பிரதமரின் காசி தமிழ்ச் சங்கமம் திட்டத்தின் மூலம் தேர்ந்தெடுக்கப்பட்டு, ஒரு ரூபாய்கூட செலவின்றி ராஜ உபசாரங்களுடன் மிகவும் மரியாதையுடன் அழைத்துச் செல்லப்படுகிறோம் என்பது எவ்வளவு பெரிய அதிர்ஷ்டம்!

ரயில் பெட்டிகளுக்கு வெளியே 'காசி தமிழ்ச் சங்கமம்' என்று எழுதிப் பாரதப் பிரதமர் மோதிஜியின் உருவமும் வரையப்பட்டிருந்த எங்களது சிறப்பு கோச்களில் அனைவரின் முகத்திலும் சந்தோஷம் நிரம்பி வழிய, ஒருவரோடொருவர் கலகலவென உரையாடிக்கொண்டிருந்தோம். எங்கள் பே (bay) தாண்டிப் போகிற வருகிறவர்கள் பலர், 'வணக்கம்மா... வணக்கம்மா...' என்று அடிக்கடி சொல்லிக்கொண்டே சிரித்தவாறு செல்ல, எனக்கு ஒன்றும் புரியவில்லை. யாருக்கு இவர்கள் வணக்கம் வைக்கிறார்கள் என்று நான் திருதிருவெனப் பார்த்தேன்.

மீண்டும் யாரோ 'வணக்கம்மா' என்றவாறு சென்றார். அடிக்கடி வணக்கம் வைக்கும் அளவுக்கு யாரந்த விஐபி எனச் சுற்றிச் சுற்றிப் பார்த்தேன். என் எதிரிலிருந்த பெண்மணி சற்றுப் பொறுத்துத் தன் தாய் தந்தையை நொந்துகொண்டவாறு ஏதோ முணுமுணுத்தார்.

“என்ன விஷயம்ங்க?” என்றேன்.

“என் பெயரைத்தாம்மா நொந்துக்கறேன். ஊர்ல உலகத்துல வேற பேரே கிடைக்கலையா அவங்களுக்கு” என்றவர் கழுத்தில் தொங்கிய தனது ‘ஐடி’ அட்டையைக் காட்டினார். நானும் என் பங்குக்கு ஒருமுறை ‘வணக்கம்மா’ என்று சிரித்தபடியே சொல்லியவாறு, அவரது கழுத்தில் தொங்கிய ‘ஐடி’ அட்டையைக் கையால் தூக்கிப் பார்த்தேன். அவரது ஐடி அட்டையில் அவர் ‘வண்ணக்கம்மல்’ (Vannakkammal) ஆகியிருந்தார். “என்னங்க, உங்க பெயரை ‘வண்ணக் கம்மல்’னு போட்டிருக்காங்களே” என்றேன். அதற்கும் அவர் நொந்துகொண்டார். “என்னைய கம்மலாக்கிட்டாங்களே!” என்றார். எனக்கு ‘தங்கப்பதக்கம்’ என்ற ஜோக்தான் நினைவுக்கு வந்தது.

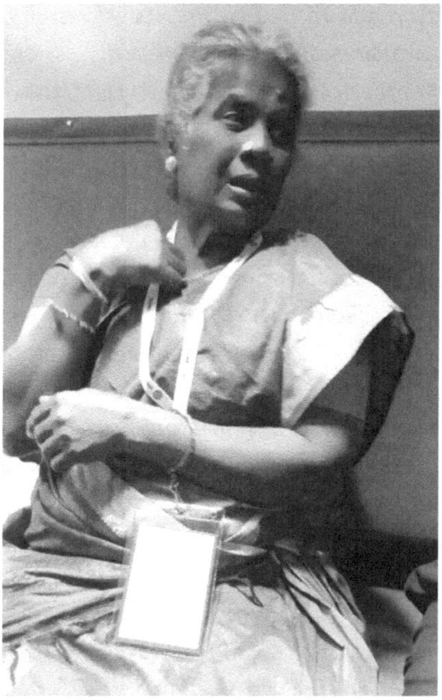

“உங்கப்பா அம்மா இருவரும் எவ்வளவு புத்திசாலிகள்! எல்லாரையும் உங்களுக்கு வணக்கம் சொல்ல வைப்பதுபோல, என்ன அழகா ஒரு பெயர் வைத்திருக்கிறார்கள் பாருங்கள். இதுக்காக நீங்க சந்தோஷம்தானே படணும்!” என்று சொல்லி நானும் சிரித்தேன். பிறகு, “இந்தப் பெயருக்குப் பின்னால் ஏதேனும் பெயர்க்காரணம் உள்ளதா?” என்று கேட்டேன்.

“எங்கப்பாவுக்கு அவரு படிச்ச ஸ்கூல் வாத்தியாரு மேல ரொம்ப மருவாதி உண்டு. எங்கம்மாவுக்கு நான் பொறந்த சமயம் அப்பாவோட வாத்தியாரு எங்க வீட்டுக்கு வந்திருக்காரு. ‘எங்களுக்குப் பெண் குழந்தை பிறந்திருக்கு, நீங்கதான் பெயர் வெக்கணும்’னு அப்பா அவர்கிட்ட கேட்டிருக்காரு. உடனே அந்த வாத்தியாரு வெச்ச பேருதான் வணக்கம்மா. ஆனா, எனக்கு இந்தப் பெயர் பிடிக்கலை. ஸ்கூல் போவச்சொல்ல பேரை மாத்துங்கப்பான்னு சொன்னேன். ஆனா அப்பா மாத்த முடியாதுன்னுட்டாரு.”

“அதனால என்ன, இன்னிவரை எல்லாரும் உங்களுக்கு வணக்கம் சொல்றாங்கல்ல!” என்று சுற்றிலுமிருந்த நாங்கள் அவரிடம் சொல்ல, அவர் முகத்தில் ஒருவித மலர்ச்சி ஏற்பட்டது.

என்னைப் போன்ற சிலர் ரயில் பயணத்தின்போது வெளியில் தெரியும் வயல்வெளிகளை, மரங்களை, மலைகளை, ஆறு குளங்களை, பசுமையான இயற்கையை, மேகக்கூட்டங்களை ரசிப்பது வழக்கம். காசி தமிழ்ச் சங்கமச் சிறப்பு ரயிலில் என்னோடு பயணித்த பல பெண்களும் ஆண்களும் ஜன்னல் வழியே வேடிக்கை பார்த்து, கண்ணில் தெரியும் தாவரங்களில் எதை எதையோ சுட்டிக்காட்டித் தங்களுக்குள் பேசிக்கொண்டது என்னை வியக்க வைத்தது. ‘அங்கே பாரேன், உளுந்து நல்லா வளர்ந்திருக்கு’, ‘அதோ அந்தாண்ட பக்கம் மல்லாட்ட செடிங்களப் பாரு’, ‘சோளக்கதிர் பிஞ்சு விட்ருக்கு’, ‘ஆஹா! முட்டகோஸைப் பாரேன்’, ‘அந்தா பாரு, உருளைக் கிழங்கு அறுவடையாவுது’ என்று தங்கள் கண்ணில் பட்ட பயிர்களின் பெயர்களையெல்லாம் அவர்கள் சரியாகக் குறிப்பிட்டுப் பேசிக்கொண்டனர். தூரத்திலிருந்தே பார்த்து எப்படிச் சரியாகக் கண்டுபிடிக்கிறார்கள் என்று நான் வியந்தேன். கூடவே எனக்குச் சற்றுக் கூச்சமாகவும் இருந்தது. ஏனெனில் கல்லூரியில் நான் படித்துப் பட்டம் வாங்கியது தாவரவியலில். அவர்களுடையது அனுபவ அறிவு, என்னுடையது வெறும் ஏட்டுப்படிப்பு மட்டுமே எனப் புரிந்ததால் ஏற்பட்ட கூச்சம்தான் அது.

ஆங்காங்கு ரயில் நிற்கும்போதெல்லாம் கேட்ட ‘பாரத் மாதாகி ஜே’, ‘வந்தே மாதர’ கோஷங்கள், ரயில் ஓடும்போதெல்லாம் கோச்சிற்குள் கேட்ட பஜனைப் பாடல்கள், சிவபுராணம், வந்திருந்த சில சாமியார்களின் சத்சங்க சொற்பொழிவுகள் என எங்கள் கோச்களில் மிக

நல்ல அதிர்வலைகள், உடன் பயணிப்பவர்களுடன் ஏற்பட்ட நல்ல சிநேகம் என நேரம் நகர்ந்தது. எங்களுடன் பயணித்த ஆண்கள் பலர் தன்னார்வலர்களாக மாறி, ஐஆர்சிடிசி ஊழியர்களுக்கு உதவியாக உணவு மற்றும் தண்ணீர் பாட்டில் போன்றவைகளைக் காசி தமிழ்ச் சங்கமப் பயணிகளுக்கு விநியோகிக்கும் பொறுப்பை ஏற்றுக்கொண்டனர். தவிர யாருக்கு என்ன உதவி வேண்டுமானாலும் கேட்டுக் கேட்டுச் செய்தனர்.

இரண்டு நாள் பயணத்தில் பலருடனும் நல்ல நட்பு ஏற்பட்டது. எங்களுடன் ரயிலில் பயணித்த ஐஆர்சிடிசி இளைஞர் ஒருவர் எங்கள் அனைவரைப் பற்றிய விவரங்களையும் எழுதி வைத்திருந்தார். நாங்கள் பனாரஸில் இறங்கிய பிறகு யார் யார் எந்தெந்த நம்பர் ஒட்டப்பட்ட பேருந்தில் ஏறிக்கொள்ளவேண்டும் என்று முன்கூட்டியே ஐஆர்சிடிசி ஒருங்கிணைப்பாளர்கள் எங்களிடம் தெரிவித்தார்கள்.

மிக நீண்ட ரயில் பயணத்திற்குப் பிறகு, மறுநாள் நள்ளிரவு எங்களது விரைவு ரயில் குறித்த நேரத்தில் பனாரஸ் ரயில்நிலையத்திற்குள் நுழைந்து நின்றது. அந்த நள்ளிரவிலும் வெளியில் ‘பாரத் மாதாகி ஜே’, ‘வந்தே மாதரம்’ எனக் கோஷங்கள் ஒலித்தன. ‘வணக்கம் காசி’ என்றவாறு நாங்கள் எங்கள் உடைமைகளுடன் ரயிலிலிருந்து இறங்கினோம். அங்கே எங்களுக்குக் கிடைத்த மாபெரும் வரவேற்பு… அடேயப்பா…!

3

நாங்கள் இறங்கிய இடத்திலிருந்து ஸ்டேஷனுக்கு வெளியில் செல்லும் வாயில் வரை நாங்கள் நடப்பதற்காகச் சிகப்புக் கம்பளம் விரிக்கப்பட்டிருந்தது. டிசம்பர் மாத குளிர் நடுக்கிய அந்த நள்ளிரவு நேரத்திலும் எங்களை வரவேற்க, பனாரஸ் ரயில்நிலையத்தில் மத்திய, மாநில அமைச்சர்கள், அரசு அதிகாரிகள் உட்பட ஏராளமான பாஜக பொறுப்பாளர்களும் பொதுமக்களும் ஆயிரக்கணக்கில் அங்கே வந்திருந்தனர். தங்கள் கையில் மலர் மாலைகள் மற்றும் பொன்னாடைகளுடன் எங்களுக்காகக் காத்திருந்தனர். பாண்டு வாத்தியங்கள் முழங்கிக்கொண்டிருந்தன. அதனூடே சங்கநாதமும் முழங்கியது. நாங்கள் எங்கள் லக்கேஜ்களுடன் இறங்கினோம். வாழ்வில் முதன்முறையாகச் சிகப்புக் கம்பள வரவேற்பைப் பெற்ற நாள் அது. கம்பள விரிப்பின் இருபுறமும் பளிச்செனச் சிவப் பழங்களாக ஆண்கள், பெண்கள், அதிகாரிகள் எனத் தங்கள் கையில் பூக்கூடையுடன் எங்களை வரவேற்க நின்றிருந்த அனைவரது முகத்திலும் புன்னகை.

'ஹர்ஹர் மகாதேவ்', 'பாரத் மாதாகி ஜே', 'வந்தே மாதரம்' என்ற கோஷங்களில் விண்ணதிர்ந்தது. என் வாழ்நாளில் முதன்முறையாகக் காசிக்குச் செல்லும் நான், காசி தமிழ்ச் சங்கமம் மூலம் அரசு விருந்தினராகவும், இத்தகைய ராஜ மரியாதையுடன் கிடைத்த சிகப்புக் கம்பள வரவேற்புடனும் காசியின் புனித மண்ணில் காலடி வைத்த அந்தத்

தருணம் மறக்கவே இயலாதது. கண்களில் ஆனந்தக் கண்ணீர் பெருக்கெடுத்தோடியது, உடலில் சிலிர்ப்பு. அவர்கள் எங்கள் அனைவரின் மீதும் மலர்களைத் தூவி, பொன்னாடைகளும் மலர் மாலைகளும் அணிவித்து எங்களை வரவேற்றனர். இத்தகையதொரு வரவேற்பை நான் என் வாழ்நாளில் எங்கும் பெற்றதில்லை. காசி என் நீண்டகாலக் கனவு. காசிநாதனைத் தரிசிக்கும் ஆசையினால், அவனருளை வேண்டி எத்தனையோ காலமாக நான் காத்திருந்த நிலையில், அரசுச் செலவில் ராஜமரியாதையுடன் வந்து தன்னைத் தரிசிக்கும் ராஜயோகத்தினைப் பரிபூரணமாகக் காசி விஸ்வநாதன் எனக்களித்ததுடன், எங்கள் அனைவரையும் அவன் ஆசீர்வதித்திருப்பதும் எனக்குப் புரிந்தது.

ஒரு கோவிலின் அமைப்பிலேயே வடிவமைக்கப்பட்டிருந்த பனாரஸ் ரயில்நிலையம் என் கண்களைக் கவர்ந்தது. ரயில்நிலையத்திற்கு வெளியில் எங்களை அழைத்துச் செல்வதற்கான பேருந்துகள் தயாராக நின்றிருந்தன. யார் யார் எந்தெந்த எண்ணுள்ள பேருந்தில் ஏறவேண்டும் என்பது ஏற்கெனவே ஐஆர்சிடிசி ஒருங்கிணைப்பாளர்கள் மூலம் எங்களுக்குத் தெரிவிக்கப்பட்டிருந்ததால் நாங்கள் எங்களுக்கான பேருந்துகளில் ஏறியமர்ந்தோம்.

எங்கள் பேருந்துகள் காசி மாநகரில் ஓடத் தொடங்கின. பேருந்தில் செல்லும்போதே எங்களோடு வந்திருந்த ஐஆர்சிடிசி ஒருங்கிணைப்பாளர் கார்த்திகேய ராஜா என்பவர் மறுநாள் நாங்கள் எப்போது தயாராக வேண்டும், நாங்கள் எங்கெங்கு அழைத்துச் செல்லப்படுவோம் என்பது பற்றியெல்லாம் எங்களுக்குத் தெளிவாக விளக்கினார். மறுநாள் காலை எட்டுமணிக்கு நாங்கள் தயாராக இருக்கவேண்டுமென்றும், முதலில் காசி விஸ்வநாதரைத் தரிசிக்கப் போகிறோமென்றும், கோவிலுக்குள் தோல் பைகள், மொபைல் ஃபோன்கள் அனுமதியில்லை என்பதால் அவற்றைப் பேருந்திலேயே வைத்துவிடவேண்டும் என்றும், விஸ்வநாதர் தரிசனத்திற்குப் பின் மணிகர்ணிகா கட்டத்தில் கங்கா தரிசனம் மற்றும் விசாலாக்ஷி, அன்னபூரணி ஆகியோரையும் தரிசிக்க உள்ளதாகக் கூறினார். அவர் கூறிய மற்றொரு முக்கியமான அறிவுரை, நாங்கள் திரும்ப சென்னை சென்று சேரும்வரை, எங்களுக்கு அளிக்கப்பட்டிருந்த அடையாள அட்டையை எப்போதும் கழுத்தில் அணிந்திருக்க வேண்டுமென்றும், அடையாள அட்டை அணியாமல் வந்து எங்கேனும் வழிதவறிப் போய்விட்டால் மீண்டும் இந்தக் குழுவில் இணைவது மிகவும் கஷ்டமென்றும் எச்சரித்தார்.

பிறகு எங்களை நான்கு நட்சத்திர ஹோட்டலான ‘நிவேதிதா’வில் இறக்கிவிட்டனர். அங்கு எங்களுக்கு அறைகள் ஒதுக்கப்பட்டிருந்தன. மிக உயர்தரமான சகல வசதிகளும் கொண்ட சுத்தமான விசாலமான அறைகள் எங்களுக்குக் கொடுக்கப்பட்டன. நாங்கள் அன்றிரவு உறங்கும்போதே விடியற்காலை மூன்று மணியாகிவிட்டது. மிஞ்சிப்போனால் அன்று நாங்கள் மூன்று மணிநேரம் தூங்கியிருப்போம். மறுநாள் காலை ஆறு மணிக்கு எழுந்து காலைக்கடன்கள் முடித்து, குளித்துத் தயாராகிச் சரியாக எட்டு மணிக்கு நாங்கள் எங்கள் அறையைப் பூட்டிக்கொண்டு கிளம்பி ஹோட்டலின் வரவேற்பறைக்கு வந்தோம். அனைவரும் வந்து சேர்ந்ததும் அருகிலிருந்த ஓரிடத்திற்குக் காலை உணவுக்காக அழைத்துச் செல்லப்பட்டோம். அங்கே எங்களுக்காகச் சுவையான காலைச் சிற்றுண்டிகள் காத்திருந்தன.

அது முடிந்ததும் மீண்டும் பேருந்தில் ஏறினோம். பேருந்துகள் காசி விஸ்வநாதர் கோவிலை நோக்கிச் சென்றன. எங்கள் வாகனங்களுக்கு முன்பும் பின்பும் போலிஸ் வாகனங்கள். எங்கள் வாகனங்களிலும் எங்கள் பாதுகாப்பிற்காக நான்கு காவலர்கள் உடன் வர, மிகுந்த பந்தோபஸ்துடன் நாங்கள் அழைத்துச் செல்லப்பட்டோம். காசி நகரம்

மக்கள் நடமாட்டமும், வாகனங்கள் செல்வதுமாக மிகவும் நெரிசலான நகரம் என்பதால் முன்னால் சென்ற போலிஸ் வாகனம் டிராஃபிக்கைச் சரிசெய்தபடியே சென்று எங்கள் வாகனங்களுக்கு எவ்வித இடையூறும் ஏற்படாமல் வழி ஏற்படுத்திக் கொடுத்தது. காசி தமிழ்ச் சங்கமம் மூலம் காசிக்குச் சென்றவர்கள் ஒவ்வொருவரையுமே இதன்மூலம் விவிஐபியாக உணர வைத்துவிட்டது மத்திய அரசும் உத்தரப் பிரதேச அரசும். இத்தகைய பந்தோபஸ்துடன், ராஜமரியாதையுடன் இப்படிக் காசிக்குச் சென்று விஸ்வநாதரைத் தரிசிக்கச் செல்வோம் என எங்களில் யார்தான் எதிர்பார்த்திருப்போம்!

சரி, காசி விஸ்வநாதர் கோவிலை அடைவதற்குள் 'வராணசி' என்கிற ஹிந்துக்களின் ஆன்மிகத் தலைநகர் பற்றியும், அதன் சரித்திரம் குறித்தும் சற்று அறிந்துகொள்வோம். 'விளக்குகளால் ஒளிரும் நகரம்' என்றழைக்கப்படக்கூடிய காசி நகரில் 'வருணா' மற்றும் 'அசி' என்ற இரு நதிகள் கங்கையுடன் கலப்பதால் காசி நகரம் 'வராணசி' என்றழைக்கப்படுகிறது. (வாரணாசி என்பது தவறான உச்சரிப்பு, வராணசி என்பதே சரி). உலகத்தின் மிகத் தொன்மையான நகரங்களில் பொ.யு.மு. 1800லிருந்து இன்றளவும் மனிதர்கள் வசித்து வரும் புராதனமான நகரமாக விளங்குகிறது காசி. வேதம், புராணம், கலைகள் என அனைத்தும் செழித்து வளர்ந்த நகரம். பதஞ்சலி முனிவரால் யோக சாத்திரமும், துளஸிதாஸரால் ராம் சரித மானஸ௺ம் எழுதப்பட்ட இடம். முக்தி தரும் தலங்களில் தலையாயது. மயான க்ஷேத்திரமாகவுள்ள காசியில் இறப்பவர்கள் காதில் சிவனே ராம நாமம் எனும் தாரக மந்திரத்தைக் கூறுவதாக ஓர் ஐதீகம் உள்ளது. 'ராம்... ராம்...' என்ற உச்சரிப்புடன் இங்கே பிணங்களைச் சுமந்து செல்வதைக் காணலாம். காசியில் இறப்பதற்காகவே தங்களுடைய கடைசிக் காலத்தில் அங்கு வந்து காத்திருப்போர் ஏராளம். இவர்களுக்காகவே அங்கே 'முக்தி பவன்' என்றொரு இடமும் உள்ளதாக அறிந்தேன்.

முகலாய அரசர்களால் காசி சின்னாபின்னமாக்கப்பட்ட வரலாறு அனைவரும் அறிந்ததுதான். முக்கியமாக ஔரங்கசீப் ஆட்சிக்காலத்தில் மதம் மாறாமல் ஹிந்துக்களாக வாழவும், கங்கையில் ஸ்நானம் செய்வதற்கும் 'ஜிசியா' என்ற வரியை ஹிந்துக்கள் செலுத்தவேண்டியிருந்த கொடுமையெல்லாம் நம் வராலாறுகளில் உள்ளது. 'ஜிசியா' வரி செலுத்த மறுத்த ஹிந்துக்களின் வாயில் முகலாயர்கள் எச்சில் துப்பிய கொடுமையும் நிகழ்ந்திருக்கிறது. உங்களுக்கு வாய்ப்பிருந்தால் கன்னட எழுத்தாளர் எஸ்.எல்.பைரப்பாவின் 'ஆவரணா' நாவலின் தமிழாக்கமாகிய 'திரை' நாவலைப் படித்துப் பாருங்கள்.

ஔரங்கசீப் எப்படியெல்லாம் ஹிந்துக்களைத் துன்புறுத்தி மதம் மாற்றியிருக்கிறான், காசி விஸ்வநாதர் ஆலயத்தை எப்படியெல்லாம் சிதைத்து மசூதி எழுப்பினான் என்பதை அறியலாம். அவன் மட்டுமா? முகலாய மன்னர்களால் நமது பாரதம் முழுவதும் எத்தனையெத்தனை ஹிந்து ஆலயங்கள் அழிக்கப்பட்டிருக்கின்றன! எத்தனையெத்தனை ஹிந்துக்கள் கொல்லப்பட்டும், மதம் மாற்றப்பட்டும் இருக்கின்றனர்! ஹிந்து மதத்தை அடியோடு அழித்துவிடுவதே அவர்களது நோக்கமாக இருந்தது.

ஆயினும், ஹிந்துத் தர்மம் என்பது எத்தனை கோடிப் பேர் படையெடுத்து வந்தாலும் அழிக்கமுடியாத ஒன்றென்பதற்கு இன்றளவும் காசி நகரம் அதே தொன்மையுடன் ஹிந்துக்களின் ஆன்மிகத் தலைநகராக இருப்பதே சான்று. ஏனெனில், ஔரங்கசீப் போல ஹிந்து ஆலயங்களை அழிப்பவர்கள் இருக்குமிடங்களில், அவர்களிடமிருந்து ஹிந்துத் தர்மங்களைக் காப்பாற்ற, ராணி அஹில்யா பாய், சத்ரபதி சிவாஜி, குமரகுருபரர் போன்ற வீரம் செறிந்தவர்களும் ஞானிகளும் பிறப்பார்கள் என்பதே உண்மை.

போலிஸ் வாகனங்கள் முன்னும் பின்னும் செல்ல எங்கள் வாகனங்கள் பனாரஸின் நெரிசலான வீதிகளில் சென்றபோது சாலையின் இருமருங்கிலும் ஒதுங்கி நின்ற மக்கள் எங்களை வேடிக்கை பார்த்தனர். அதில் சிலர் நாங்கள் காசி தமிழ்ச் சங்கமம் மூலம் வருகிறோம் என்றறிந்து, 'ஹர்ஹர் மகாதேவ்' என்று குரல் எழுப்பினர். அதே நேரம் பலரது முகத்தில் ஒருவித சலிப்பும் தெரிந்தது. ஏனெனில் கடந்த ஒரு மாத காலமாகக் காசி தமிழ்ச் சங்கமம் குழுக்களுக்கு முதன்மை அளிக்கப்பட்டு

மற்றவர்களின் தரிசனத்தை நிறுத்தி வைத்ததால் ஏற்பட்ட சலிப்பாகவும் இருக்கலாம். ஆம், அன்றும் அப்படித்தான் நடந்தது. அனுமார் வால்போலக் காசித் தெருக்களிலேயே நீண்ட தூரத்திற்கு வளைந்து சென்ற பக்தர்களின் வரிசை கண்ணில் பட, நாங்கள் போலிஸ் பாதுகாப்புடன் பேருந்திலிருந்து இறங்கி முதல் மரியாதையுடன் விஸ்வநாதர் ஆலயத்திற்குள் அழைத்துச் செல்லப்பட்டோம்.

நுழைந்து செல்லும்போதே நமக்கு வலப் பக்கமாகக் கோவிலை ஒட்டியே முட்கம்பி வேலியால் சூழப்பட்டிருக்கும் தடைசெய்யப்பட்ட ஞானவாபி மசூதி தெரிகிறது. முகலாயர்களின் ஹிந்து விரோதச் செயல்கள், கொடுமைகள் என எல்லாவற்றிற்கும் சாட்சியாக நின்றிருந்தது அது. ஔரங்கசீப்பின் கொடுமை தாங்காமல் மாதம் மாறிய ஹிந்துக்கள், மாதம் மாற மறுத்ததால் அலிகள் (ஹிஜடா) ஆக்கப்பட்ட ஆண்கள், பாலியல் அடிமைகளாக மாற்றப்பட்ட ஹிந்துப் பெண்கள், அவனுக்குப் பயந்து தீக்குளித்து இறந்தவர்கள் என எல்லோரையும் நினைவுபடுத்தியது அமைதியாய்க் காணப்பட்ட அந்த மசூதி.

4

முன்பெல்லாம் காசிக்குச் சென்று வருவோர், 'காசி என்பது நெரிசலான, அழுக்கான ஒரு நகரம். குறுகிய அசுத்தமான தெருக்களின் வழியேதான் கோவிலுக்குச் செல்ல வேண்டியிருக்கிறது. கோவிலைச் சுற்றிக் குறுகலான தெருக்களில் ஏகப்பட்ட வீடுகள் நெருக்கமாக இருக்கும். இந்தக் குறுகிய தெருக்களின் வழியே கோவிலுக்குச் செல்வது மிகவும் கஷ்டமாக இருக்கும். குண்டும் குழியுமான தெருக்கள், தலைக்குமேல் செல்லும் மின்கம்பிகள், அசுத்தமாகச் சாக்கடை நீர் போலிருக்கும் கங்கை, அதில் குளித்தால் பாவங்கள் கரையுமோ என்னமோ ஆனால் நிச்சயம் வியாதி வந்துவிடும்போல் தோன்றும்' என்றெல்லாம் கூறுவார்கள்.

நான் இதுவரை காசிக்குச் சென்றதில்லை என்பதால் எனக்குக் காசி விஸ்வநாதர் கோவிலைச் சுற்றி இதற்கு முன்பு எப்படி இருந்திருக்குமெனத் தெரியாது. பழைய திரைப்படங்கள் பலவற்றில் காசியின் நெரிசலான தெருக்களையும், அவற்றினூடே பிணம் தூக்கிச் செல்லப்படுவதையும், மனிதர்களை உரசுவதுபோலப் பசு மாடுகள் சகஜமாக நடந்துசெல்வதையும் கண்டிருக்கிறேன். தவிர கோவிலைச் சுற்றி நிறைய வீடுகள், அதில் பல வீடுகளுக்குள் சிறு சிறு கோவில்களும் இருக்கும். கங்கைக் கரையோரம் அழகிய மாடங்களையுடைய பெரிய வீடுகள் இருக்குமெனக் கேள்விப்பட்டிருக்கிறேன்.

என்னோடு வந்தவர்கள் பலர், இதற்கு முன்பே ஓரிரு முறைகள் காசிக்கு வந்திருக்கின்றனர்.

அப்படி வந்த பலர் இம்முறை காசி விஸ்வநாதர் கோவில் வளாகத்தைக் கண்டதும் விழிவிரிய மலைத்து நின்றனர். 'ஆஹா...! என்ன அற்புதம்... எத்தகைய மாற்றம்... எத்தனை சுத்தம்... எத்தகைய விரிவாக்கம்' என்று சொல்லிச் சொல்லிப் புகழ்ந்து பிரமித்தனர். ஆம், இண்டு இடுக்குகள் வழியே, ஒற்றை ஆள் மட்டுமே நடந்துசெல்லக்கூடிய, சந்துகளின் இருபுறமும் நெருக்கமாக அமைந்த வீடுகளின் வழியே சென்றுதான் மிகச் சிறிய இடத்திலிருந்த காசி விஸ்வநாதரைத் தரிசிக்க முடியுமென்ற நிலை மாறி, இன்று பாரதப் பிரதமர் நரேந்திர மோதியால், பல்லாயிரக்கணக்கான பக்தர்கள் பரிசுத்தமான கங்கையில் நீராடிவிட்டு நேரடியாகக் கோவிலுக்குச் சென்று விஸ்வநாதரைத் தரிசிக்கும் வகையில் பரந்து விரிந்த ஒரு பிரம்மாண்ட ஸ்தலமாக காசி விஸ்வநாதர் ஆலயம் மாற்றியமைக்கப்பட்டுள்ளது. எங்கும் சுத்தம் பளிச்சிடுகிறது.

ஹிந்துக்கள் அனைவருக்கும் மிக முக்கிய ஸ்தலமாக இருந்த காசி விஸ்வநாதர் ஆலயம் இதற்கு முன்புவரை மிகச் சிறியதோர் இடமாகவே இருந்ததற்குக் காரணம், கோவிலைச் சுற்றி ஆங்கிலேய ஆட்சிக் காலத்திலிருந்து சிறுகச் சிறுகப் பலராலும் ஆக்கிரமித்துக் கட்டப்பட்டிருந்த வீடுகள்தான். கோவிலைச் சுற்றியிருந்த பல சிறிய கோவில்களையும்கூட ஆக்கிரமித்து அன்றைய காலகட்டங்களில் வீடுகள் கட்டப்பட்டதால் கோவிலைச் சுற்றியிருந்த முக்கால்வாசி வீடுகளுக்குள்ளேயே பல தெய்வங்களின் சந்நிதிகள் இருந்தன. எந்தவொரு ஆட்சியாளரும் இதுவரை இந்நிலையை மாற்ற முன்வராத நிலையில் சுதந்திரம் கிடைத்து 75 ஆண்டுகளுக்குப் பின், பிரதமர் மோதி கோவிலைச் சுற்றி ஆக்கிரமித்திருந்த அனைத்துக் குடியிருப்பு உரிமையாளர்களுக்கும் அவர்கள் எதிர்பார்த்ததைவிட அதிகளவு தொகை கொடுத்து ஆக்கிரமிப்புகளை இடித்து மராமத்துப் பணிகள் மேற்கொண்டு கோவிலை மிகவும் விசாலமாக்கியுள்ளார். தலைக்குமேல் சென்ற மின்கம்பிகள் பூமிக்கடியில் மாற்றப்பட்டுள்ளன. இத்தனை காலம் ஒவ்வொரு ஹிந்துவின் கனவாக இருந்த ஒரு விஷயம் இன்று நனவாக்கப்பட்டுள்ளது.

ஞானவாபி மசூதியைக் கடந்து நாங்கள் ஒருவர் பின் ஒருவராக வரிசையில் நகர்ந்து சென்று கோவில் வளாகத்திற்குள் நுழைந்தோம். கோவிலுக்குள் ஆயிரக்கணக்கான மக்கள் தரிசனத்திற்காகக் காத்திருந்தார்கள். கோவிலில் எங்களுக்கென்று சிறப்புத் தரிசனத்திற்கு ஏற்பாடு செய்யப்பட்டிருந்தது.

பல்லாயிரக்கணக்கான பக்தர்கள் பல மணி நேரமாகக் கால்கடுக்கக் காத்திருக்க, நாங்கள் விவிஐபிக்கள்போல அழைத்துச் செல்லப்பட்டோம். பலர் எங்களுடன் கலந்துவந்து எப்படியாவது தரிசனம் செய்துவிட முயன்றனர். ஆனால் அவர்கள் கழுத்தில் அடையாள அட்டைகள் இல்லாததால் பாதுகாவலர்கள் அவர்களை அனுமதிக்கவில்லை. வேத விற்பன்னர்கள் வழிகாட்ட, ஒரு பெரிய அண்டாவிலிருந்த கங்கா ஜலத்தைச் சொம்பு சொம்பாக ஒருவர் எடுத்து எங்கள் ஒவ்வொருவரிடமும் கொடுக்க, நாங்கள் அந்த கங்கா ஜலத்தைப் பெற்று இரு கரங்களிலும் ஏந்தியவாறு நடந்தோம். உடல் முழுவதும் பரவசம். இதோ இன்னும் சில நிமிடங்களில் இந்த விஸ்வத்திற்கே அதிபதியான அந்த விஸ்வநாதனைத் தரிசிக்க உள்ளேன். எத்தனை காலக் கனவிது! எங்களில் சிலர் ராமேஸ்வரத்திலிருந்து வந்திருந்தனர். அவர்கள் கொண்டுவந்திருந்த தீர்த்தத்தையும் வாங்கி எங்கள் சொம்பில் சிறிது சிறிது ஊற்றிக்கொடுத்தார் பண்டா ஒருவர். இவ்வாறாக வரிசை நகர்ந்தது.

இதோ நாங்கள் கருவறையை நெருங்கிவிட்டோம். ஓர் அகண்ட அரைவட்ட சில்வர் குழாயில் நாம் விடும் கங்கா ஜலம் வழிந்தோடிச்சென்று அவன் சிரசில் விழுவதுபோல் அமைத்திருந்தார்கள். முன்பெல்லாம் பக்தர்களே சிவலிங்கத்திற்கு அபிஷேகம் செய்து, சிவ லிங்கத்தைத் தொட்டு, மலர்கள் வைத்து வணங்குவார்கள். இப்போது அப்படியில்லை.

எங்கள் ஒவ்வொருவரது சொம்பிலிருந்தும் ஊற்றப்பட்ட கங்கா ஜலம் வழிந்துசென்று அவன் மீது பொழிய, வாழ்வில் முதன்முறையாகக் கண்டேன் அவனை. மிஞ்சிப்போனால் நான்கே நொடிகள்தான். கருவறையின் தரைப்பகுதியில் கரியநிற பாணலிங்க திருமேனியின்மீது வரிவரியாய்ச் சந்தனக் கீற்று, உச்சியில் வைக்கப்பட்ட ஒரு கைச் சந்தனம், பொன்னாலான ஆவுடை, சுற்றிலும் வெள்ளியால் அமைக்கப்பட்ட தொட்டி போன்ற அமைப்பு. நான் அவனைக் கண்களால் விழுங்கி இதயத்தில் உறைய வைத்துக்கொண்டேன். அவனைக் கண்ட பின் என் கண்களில் ஜலதாரை பெருகியது, மேனி சிலிர்த்தது, என் மனம் எவ்வித சிந்தனையுமின்றி நிர்மலமாயிருந்தது. ‘நான் இப்படியொரு விவிஐபி தரிசனம் பெறவேண்டும் என்பதற்காகத்தான் இத்தனை காலம் என்னைக் காத்திருக்கச் செய்தாயா, காசிநாதா? போதுமே...! இந்த நான்கு நொடி தரிசனம் ஓர் ஆயுளுக்குப் போதுமே...!’

'உள்ளம் பெரும் கோயில்; ஊனுடம்பு ஆலயம்
வள்ளல் பிரானார்க்கு வாய் கோபுரவாசல்
தெள்ளத் தெளிந்தார்க்குச் சீவன் சிவலிங்கம்
கள்ளப் புலனைந்தும் காளா மணி விளக்கே.'

திருமூலரின் இந்தப் பாடலை முணுமுணுத்தவாறு நான் நடந்தேன். எங்களை வழிநடத்திச் சென்றவர்கள் எங்களைக் கோவிலின் ஒருபுறமிருந்த இடத்திற்கு அழைத்துச் சென்றனர். அதுவொரு பெரிய திறந்தவெளி அரங்கம் போலப் பெரிதான படிக்கட்டுகள் அமைக்கப்பட்ட கேலரி போலிருந்தது. அதன் படிகளில் நாங்கள் அனைவரும் அமரவைக்கப்பட்டோம். அங்கு காசி விஸ்வநாதர் ஆலய மகிமைகள் பற்றிக் கோவிலின் தலைமை பண்டா அவர்கள், தமிழில் மிக அழகாக எங்களுக்கு விளக்கிக் கூறினார். பிறகு அங்கு வந்த சில அரசியல் பிரபலங்கள் எங்கள் அனைவருக்கும் மாலையிட்டுப் பொன்னாடை அணிவித்து, ஒவ்வொருவருக்கும் ஒரு ருத்திராக்ஷ மாலையும் அணிவித்து எங்களைக் கௌரவித்தனர். தலைமை பண்டா அங்கிருந்து எங்களைக் கோவிலின் ஒரு வாசல் வழியாகக் கங்கையின் தரிசனம் காண்பதற்கு அழைத்துச் சென்றார். என் வாழ்வில் முதன்முறையாகக் கங்கையின் தரிசனமும் நான் காணப்போகிறேன்.

நாங்கள் சென்ற வழி மிகப் பெரிய வளாகமாகவும், மிகவும் சுத்தமாகவும் நீண்டதாகவும் சென்றது. செல்லும் வழியில் ஆதிசங்கரர் மற்றும் ராணி அஹில்யா பாய் ஆகியோரின் அழகிய சிலைகளைக் கண்டோம். சற்றுத் தள்ளி, வலப் புறமாகப் பாரத மாதாவின் அழகிய சிலை. நான் அஹில்யா பாய் ஹோல்கரின் சிலையின் முன்பு சில வினாடிகள் நெகிழ்வோடு நின்றேன். அவள் இல்லாவிடில் காசி விஸ்வநாதர் கோவில் நமக்குக் கிடைத்திருக்குமா! காசி மட்டுமா, மிகச் சிறந்த சிவ பக்தையான அவளால் புனருத்தாரணம் செய்யப்பட்ட ஹிந்து ஆலயங்கள்தான் எத்தனையெத்தனை!

கங்கைக் கரையில் நின்றவாறு நான் நர்மதையின் கரையான மகேஷ்வரிலிருந்த அஹில்யா பாய் ஹோல்கரின் அரண்மனையை நினைத்தேன். சில வருடங்களுக்கு முன்பு நர்மதா பரிக்கிரமா (நர்மதை நதி வலம்) செய்தபோது இந்த அஹில்யா பாயின் அரண்மனைக்கும் சென்றிருந்தேன். சுழித்தோடிய அந்த அகண்ட நர்மதையையும், அதன் கரையிலிருந்த பிரம்மாண்டமான அவளது கோட்டையின் அழகையும் வர்ணிக்க வார்த்தைகளில்லை. சிறந்த சிவ

பக்தையான இவர், தினமும் பிரம்ம முகூர்த்த நேரமான அதிகாலை நான்கு மணிக்கு நர்மதை நதியிலிருந்து மண்ணெடுத்து வந்து ஒரு கோடி லிங்கத்தைப் பிடித்து, அந்தணர்களைக் கொண்டு ருத்ர ஜபம் ஜபித்து, வழிபாடுகள் செய்து, பகல்நேர உச்சிவேளையில் நர்மதை நதியில் கரைத்து விடுவார். இந்தப் புனித கைங்கரியம் இன்றும் அங்கு கடைப்பிடிக்கப்பட்டு வருகிறது.

அவரது அரண்மனை முழுவதும் நாங்கள் சுற்றிப் பார்த்தோம். அதன் தர்பார் மண்டபம், 108 ருத்ராட்ச லிங்கம், நவமணிகளின்

ஒவ்வொரு ரத்தினத்திலும் கட்டை விரல் அளவு சிவ லிங்கங்கள், நர்மதை நதியில் இருக்கும் மார்பிள் கல்லைக் கொண்டு செய்யப்பட்ட பாண லிங்கக் கோவில் என அற்புதமாக, தெய்வீக அம்சங்களோடு அலங்கரிக்கப்பட்டிருந்தது.

சரி, இப்போது காசிக்கு வருவோம். ஐயாயிரம் ஆண்டுகளுக்கு முன்பு சிவபெருமானால் உருவாக்கப்பட்ட நகரம்தான் காசி என்பார்கள். இவ்வூருக்கு மகாமயானம் என்ற பெயரும் உண்டு. மிகவும் தொன்மையானது இந்தக் காசி மாநகரம். ஹிந்துக்களின் ஆன்மிகத் தலைநகரம். பொ.யு. 1034ம் ஆண்டு

முதலே பலமுறை காசி விஸ்வநாதர் ஆலயம் இஸ்லாமிய அரசர்களால் இடிக்கப்படுவதும் ஹிந்துக்களால் மீண்டும் கட்டப்படுவதுமாகவே இருந்தது. பின்னர் ஔரங்கசீப் ஆட்சிக் காலத்தில் அவன் ஹிந்துக்களையும் ஹிந்து மதத்தையும் மொத்தமாகவே அழித்துவிடும் முயற்சியில் இறங்கினான். காசி நகரம் நிர்மூலமாக்கப்பட்டது. விஸ்வநாதர் ஆலயம் இடிக்கப்பட்டு, மூல லிங்கம் கிணற்றில் வீசப்பட்டது. கோவில் சுவரின் மீதே ஞானவாபி மசூதியைக் கட்டினான். ஹிந்துக்களைக் கொன்று, பயத்தை ஏற்படுத்தி மதம் மாற்றினான். அவன் செய்யாத அட்டூழியங்கள் இல்லை.

அந்தச் சமயத்தில்தான் மால்வார் ராணியாகிய அஹில்யா பாய் ஹோல்கர், இப்போதுள்ள காசி விஸ்வநாதர் கோவிலைக் கட்டினாள். கோவிலின் வழிபாட்டு முறைகள் தொடர்ந்து நடைபெறப் பல லட்சம் ரூபாய்கள் அள்ளிக் கொடுத்தாள். காசியில் ஹிந்துக்கள் தங்களது ஆன்மிகக் கடமைகளை இன்றுவரை தவறாது செய்கிறார்கள் என்றாள் அதற்குக் காரணம் அஹில்யா பாய்தான். காசி மட்டுமல்லாது முகலாயர்களால் இடிக்கப்பட்ட சோம்நாத் உட்பட எட்டு ஜோதிர்லிங்க ஆலயங்களை அஹில்யா பாய் ஹோல்கர்தான் புதுப்பித்துக் கட்டினாள். இவளால் புதுப்பிக்கப்பட்ட மற்ற ஆலயங்களும் ஏராளம்.

தவிர ராமேஸ்வரத்திலிருந்து கோடி நீரைக் காசிக்கும், காசியிலிருந்து கங்கை நீரை ராமேஸ்வரத்திற்கும் அபிஷேகங்களுக்குக் கொண்டுசேர்ப்பிக்கும் புண்ணிய காரியத்தையும் தவறாது செய்துவந்தார் அஹில்யா பாய். அதுவே இன்றளவும் மக்களாலும் கடைப்பிடிக்கப்பட்டு வருகிறதோ என்று எண்ணத் தோன்றுகிறது. இப்போது புரிகிறதா, காசி தமிழ்ச் சங்கமம் நடத்தப்படுவதற்கான உள்ளார்ந்த காரணம்! ஜோதிர்லிங்கத்தில் முதலாவதாக உள்ளது காசி எனில், அடுத்துள்ளது ராமேஸ்வரம். இந்த இரண்டிற்கும் இடையில் காலம் காலமாக ஒரு கலாசாரத் தொடர்புள்ளதெனத் தெளிவாகிறதல்லவா! நான் மீண்டும் அஹில்யா பாயை நன்றியுடன் வணங்கிவிட்டு எங்கள் குழுவினர் பின்னால் சென்றேன்.

நாங்கள் நடந்துசென்ற வழி மணிகர்ணிகா கட்டத்தில் முடிந்து, என் கண்ணெதிரே சுழித்தோடிய அகண்ட கங்கை எனக்குக் காட்சி தந்தாள். வாழ்வில் முதன்முறையாகக் காசியில் சுழித்தோடும் அகண்ட கங்கையைக் காண்கிறேன். கடுந்தவம்

செய்த பகீரதனுக்காக சிவபெருமானின் வேண்டுதலின்படி வானுலகிலிருந்து ஆக்ரோஷமாய்க் கீழிறங்கிய கங்கையைத் தன் ஜடாமுடியில் சிவன் தாங்கிக்கொள்ள, அவனது ஜடாமுடியிலிருந்து வழிந்து பூமியைத் தொட்டவள் கங்கை. மணிகர்ணிகா கட்டத்திலும் சடலங்கள் எரிக்கப்படுவதைக் கண்டேன்.

5

கங்கா தரிசனம் முடிந்ததும் நாங்கள் தரிசிக்கச் சென்றது அன்னபூரணியை. விஸ்வநாதரைக்கூட வெகு சீக்கிரமாகத் தரிசனம் செய்த நாங்கள் அன்னபூரணியின் தரிசனத்திற்காக வெகுநேரம் காத்திருக்க நேரிட்டது. கிட்டத்தட்ட முக்கால் மணி நேரத்திற்குப் பிறகு அன்னபூரணி எங்களுக்குத் தரிசனம் தந்தாள். கண்கள் குளிர்ந்தன. சர்வலோகத்திற்கும் சகல ஜீவராசிகளுக்கும் உணவளிப்பவள். உணவுக்குப் பஞ்சமேற்பட்டால் மக்கள் வேண்டுவது அவளிடம்தான்.

ஒரு கரத்தில் அட்சய பாத்திரமும், மறுகரத்தில் தங்க கரண்டியும் ஏந்தி, நவரத்தின சிம்மாசனத்தில் சம்மணமிட்டு அமர்ந்திருக்கும், தங்கத்தில் ஜொலிக்கும் அன்னபூரணியைத் தீபாவளியின்போது மூன்று நாட்களுக்கு மட்டுமே தரிசிக்க முடியும். மற்ற நாட்களில் அன்னபூரணியை முழுமையாகத் தரிசிக்க முடியாது. அன்னையிடம் பிச்சை கேட்கும் பிட்சாடனர் உருவமும் அருகில் ஆறடி உயரத்தில் உள்ளது. இந்தச் சிலை வெள்ளியால் செய்யப்பட்டது. தன் பக்தர்கள் அனைவரும் உண்ணும் வரை அன்னபூரணி உண்பதில்லை எனக் கூறப்படுகிறது.

சூரிய, சந்திரரை வலது, இடது கண்களாகவும், அக்கினியையே நெற்றிக் கண்ணாகவும் கொண்டவர் சிவபெருமான். தேவி அவர் கண்களைப் பொத்தியதால் சூரிய, சந்திரர் தம் ஒளியிழந்தனர். அதனால் உலகம் இருண்டது. அனைத்து உயிர்களும் பரமேஸ்வரனைச் சரணடைந்தனர். அவர் தன் அக்கினி மயமான நெற்றிக் கண்ணைத் திறந்து உலகிற்கு ஒளியைத் தந்தார். இவையனைத்தும் க்ஷண நேரத்தில் நடந்ததால் பார்வதி தேவி பயந்து, உடனே தன் கைகளை ஈசனின் கண்களிலிருந்து எடுத்தாள். கூடவே மனம் கலங்கி அவரிடம், “விளையாட்டாகத் தங்கள் கண்களை மூடியதால் ஏற்பட்ட பாவம் நீங்குவதற்கு நான் என்ன பிராயச்சித்தம் செய்யவேண்டும்?” எனக் கேட்டாள்.

“நமக்கு இது கண்ணிமைக்கும் நேரமே என்றாலும் உலக உயிர்களுக்கு அது எவ்வளவு காலம் என்று உனக்குத் தெரியாதா? ஆனாலும் நீ உலகிற்கெல்லாம் அன்னை. ஆகவே, உன்னை ஒரு பாவமும் அணுகாது” என்றார் ஈசன். ஆனால், அந்த வார்த்தைகளால் சமாதானமடையாத அம்பிகை பூவுலகில் தவம் செய்து உலக உயிர்களுக்குத் தன்னால் ஏற்பட்ட துன்பத்துக்குப் பிராயச்சித்தம் தேட முயன்றாள். ஈசனின் அனுமதி பெற்றுத் தென்திசை நோக்கிப் புறப்பட்டாள். அந்தச் சமயம் காசி திருத்தலம் மழையின்றிக் கடும் பஞ்சம் பூண்டிருந்தது. மக்கள் பசியினால் துடித்தார்கள். தேவி காசியை அடைந்து அங்கு அற்புதமான ஒரு திருக்கோயிலை உருவாக்கி அன்னபூரணி எனும் பெயரில் தங்கினாள்.

பிரம்மனின் கர்வத்தை அடக்க, பிரம்மனின் ஒரு தலையை அறுத்துவிட்டார் சிவன். இதனால் சிவனுக்குப் பிரம்மஹத்தி தோஷம் பீடித்து, பிரம்ம கபாலம் சிவனது கையிலேயே ஒட்டிக்கொண்டது. இந்தத் தோஷம் நீங்க பிட்சாடனராக

அலைந்த சிவபெருமான் பல இடங்களில் பிட்சை பெற்றும், சிவன் கையை விட்டுப் பிரம்ம கபாலம் விழவில்லை. அந்தப் பாத்திரத்தில் எந்தப் பொருளும் தங்கவுமில்லை. இந்தச் சமயத்தில்தான் பிட்சாடனராக வந்த சிவபெருமான் அன்னபூரணியிடம் பிட்சை பெற்றார். அந்த நேரமே பிரம்மனின் கபாலம் சிவபெருமான் கையை விட்டு விலகியது. 'சிவனின் பசியைத் தீர்க்க வந்த அன்னபூரணி உலக பசிப்பிணி தீர்க்கக் காசியிலேயே தங்கிவிட்டார்' என்கிறது புராணக் கதை.

அடுத்து நாங்கள் தரிசிக்கச் சென்றது விசாலாக்ஷியை. வீடுகள் நெருக்கமாக இருக்கும் குறுகிய சந்துகளின் வழியே நடந்துதான் அவளைத் தரிசிக்கச் செல்ல வேண்டியிருக்கிறது. போகுமிடமெல்லாம் விஸ்வநாதருக்காக ஆக்கிரமிப்புகள் அகற்றப்பட்டதன் தடங்கள் பல வீடுகளின் சுவர்களில் தெரிந்தன. விசாலாக்ஷி இன்னமும் இடுக்குகளில் நடந்துசென்று தரிசிக்கும்படியாகவே சுற்றிலும் வீடுகள் சூழ இருக்கிறாள். விசாலாக்ஷியிடம் நான் வேண்டியது ஒன்றே ஒன்றுதான், 'கூடிய விரைவில் நீ குடியிருக்கும் இடமும் விசாலமாக ஆகவேண்டும் என்பதே' அது. அநேகமாக அதுவே அங்கு சென்ற அனைவரது வேண்டுதலாகவும் இருந்திருக்கும். அதுவும் விரைவில் நடக்கும்.

அன்று எங்கள் அனைவருக்கும் மதிய உணவு அன்னபூரணியின் பிரசாதம்தான் என எங்கள் வழிகாட்டி கூற, 'ஆஹா' என்றது வயிறு. காசி மாநகரில் ஒருமுறை மழையின்றிக் கடும் பஞ்சம் தலைவிரித்தாடியபோது, அங்கு அன்னபூரணியாக நிலைகொண்ட பராசக்தி, லலிதாம்பிகையின் உபாங்க தேவதையாகவும் வணங்கப்படுகிறாள். பஞ்சத்தில் பசியால் வாடிய மக்களுக்குத் தன் கையிலிருக்கும் அள்ள அள்ளக் குறையாது வழங்கும் அட்சய பாத்திரத்திலிருந்து உணவளித்து அனைவரது பசியையும் தீர்க்கிறாள்.

அப்படிப்பட்ட அட்சய பாத்திரத்தைத் தன் கரத்தில் கொண்டிருக்கும் அன்னபூரணி, அன்று எங்களது பசியையும் தீர்த்தாள். விஸ்வநாதர் கோவில் வளாகத்திற்குள் அன்னபூரணி கோவிலின் அருகாமையிலேயே இரண்டு அடுக்குகள் கொண்ட பெரிய அன்னதானக் கூடம் இருக்கிறது. பாரதப் பிரதமரின் உத்தரவின் பேரில், காசி தமிழ்ச் சங்கமம் மூலம் தமிழகத்திலிருந்து வருகிறவர்கள் அனைவருக்கும் தமிழ்நாட்டுப் பாரம்பரிய உணவு வகைகளான சாம்பார், ரசம்,

பொரியல், கூட்டு, பாயசம், அப்பளம், தயிர், ஊறுகாய் என்று சுவையான விருந்து ஏற்பாடு செய்யப்பட்டிருந்தது. சாதாரண நாட்களிலேயே உணவு உண்பதற்கு முன்பு, அன்னபூரணிக்கு நன்றி சொல்லித் துதித்துவிட்டு உணவை உண்பதுதான் ஹிந்துக்களின் மரபு என்றிருக்கையில், காசியிலிருந்த இரண்டு நாட்களுமே அன்னபூரணியின் அருகாமையிலேயே அமர்ந்து அவளது பிரசாதத்தை விருந்தாக உண்பது கொடுப்பினை என்பதைத் தவிர வேறென்ன சொல்ல. ஆதிசங்கரரின் அன்னபூர்ணாஷ்டகம் நினைவுக்கு வந்தது எனக்கு.

'அன்னபூர்ணே சதாபூர்ணே
சங்கர பிராண வல்லபே
ஞான வைராக்ய சிதயர்த்தம்
பிக்ஷாம் தேஹி ச பார்வதி.'

'என்றும் வற்றாத அன்னத்தை அளிக்கும் அட்சயபாத்திரம் கொண்டவளே, அன்னத்தோடு ஞான வைராக்யத்தையும் எனக்குப் பிக்ஷயாக அளிப்பாய் தேவி' என்ற பிரார்த்தனையை முணுமுணுத்தவாறு நான் பக்தியோடு உண்ணத் தொடங்கினேன். உணவுக்குப் பிறகு, வந்த வழியாகவே நாங்கள் கோவிலுக்கு வெளியில் அழைத்துவரப்பட்டதும்,

அங்கு தயாராக இருந்த பேருந்தில் ஏறிக்கொண்டோம். அடுத்தாற்போல் நாங்கள் சென்றது வரலாற்றுப் புகழ்மிக்க இடமான சாரநாத்திற்கு. புத்தருக்கு ஞானம் கிடைத்த பிறகு அவர் முதன்முதலில் தர்மத்தைப் போதித்த இடம்தான் 'மான்களின் நகரம்' எனப்படும் சாரநாத். இந்நகரம் இசிபதனம், மிரிகதாவ, மகாதாய எனப் பல்வேறு பெயர்களாலும் அழைக்கப்படுகிறது.

பௌத்தர்களின் முக்கியமான நான்கு பௌத்த தலங்களில் ஒன்றாகக் கருதப்படும் இது, வராணசியிலிருந்து பத்து கிலோமீட்டர் தூரத்தில் உள்ளது. நூறு ஏக்கர் பரப்பளவு கொண்ட, சாரநாத்திலுள்ள மான் பூங்காவில் அமைந்துள்ள மிக முக்கியமான நினைவுச் சின்னமான 'டமேக் ஸ்தூபா' மௌரிய மன்னர் அசோகரால் மூன்றாம் நூற்றாண்டில் கல் மற்றும் செங்கற்களால் கட்டப்பட்டது. 43.6 மீட்டர் உயரமும், அடிப்புறத்தில் 28 மீட்டர் விட்டமும் கொண்ட மிகப் பெரிய உருளைக் கோபுரம் இது.

இதனுள் புத்தரின் சாம்பல் இருப்பதாக நம்பப்படுகிறது. புத்தரின் தர்மத்தைப் பரப்பும் விதமாக அசோகர் இங்கு அமைத்த ஸ்தூபியும், அதன் மீதமைந்த நமது தேசிய சின்னமாக ஏற்கப்பட்ட நான்கு சிங்கங்களும், தர்ம சக்கரம் எனப்படும் அசோக சக்கரமும், சாரநாத்தில் அமைக்கப்பட்ட புத்த விகாரங்களுடன் கூடிய நகரமும் பின்னர் துருக்கியர்களால்

சிதைக்கப்பட்டன. பிறகு 1910ம் ஆண்டு ஆங்கிலேயர்கள் ஆட்சியில் சாரநாத்தில் அசோக சக்கரத்துடன் கூடிய சிங்கங்களைக் கண்டெடுத்தனர். கல்லில் வடிக்கப்பட்ட அந்தச் சிங்கங்கள் இப்போதும் சாரநாத்திலுள்ள தொல்லியல் அருங்காட்சியகத்தில் பாதுகாப்பாக வைக்கப்பட்டுள்ளன.

இங்குள்ள மிக அழகான சிற்ப வேலைப்பாடுகளெல்லாம் சிதைப்பட்டுள்ளதைக் காண முடிகிறது. பௌத்தத்தின் வளமான வரலாறு மற்றும் கலாசாரத்தின் சாட்சியாக இருக்கும் இந்தச் சாரநாத் முழுவதையும் சுற்றிப் பார்த்து ரசிக்க விரும்பினாலும், எங்களுக்கு அளிக்கப்பட்டிருந்த மிகக் குறைவான நேரத்தில் முழுமையாக எங்களால் அங்கு முழுவதுமாகச் சுற்றிப் பார்க்க முடியவில்லை. சிதைக்கப்பட்ட அந்தப் புத்த விகாரங்களின் எச்சங்களில், இன்னமும் அழகிய சிற்ப வேலைப்பாடுகள் காணக் கிடைக்கின்றன.

உடைக்கப்பட்ட அசோகர் ஸ்தூபியின் அடிப்புறப் பாகமும் அங்கு காணக் கிடைக்கிறது. முக்கியமானவற்றைப் புகைப்படங்கள் எடுத்துக்கொண்டு அங்கிருந்து கிளம்பிப் பேருந்தை அடைந்தோம். அடுத்து எங்கள் பேருந்து பனாரஸ் ஹிந்துப் பல்கலைக்கழக வளாகம் நோக்கிப் புறப்பட்டது. கிட்டத்தட்ட ஒரு மணி நேரத்திற்கும் மேலான பயணம்.

பனாரஸ் பல்கலைக்கழகம் எனப்படும் காசி ஹிந்துப் பல்கலைக்கழகம் 1300 ஏக்கரில் அமைந்துள்ள, உலகளவில் மிகவும் புகழ்பெற்ற பல்கலைக்கழகமாகும். 1916ம் ஆண்டு இந்திய விடுதலை இயக்கத் தலைவரான பண்டிட் மதன்மோகன் மாளவியா அவர்களால், அன்னிபெசன்ட் போன்றவர்களின் உதவியுடன் வராணசியில் நிறுவப்பட்டதுதான் இந்த ஹிந்துப் பல்கலைக்கழகம். தமிழ் மொழியை வளர்ப்பதில் பெரும்பங்காற்றி வருகிறது இப்பல்கலைக்கழகம். இங்கு பயிலும் மாணவர்களுக்குத் தமிழ் இரண்டாம் மொழியாகக் கற்பிக்கப்படுகிறது. 1945ம் ஆண்டு சர்வபள்ளி ராதாகிருஷ்ணன் துணைவேந்தராக இருந்தபோது இங்கு தமிழ்ப்பிரிவு தொடங்கப்பட்டது. 1977ம் ஆண்டு எம்ஜிஆர் முதல்வராக இருந்தபோது இங்கு தமிழ் இருக்கை

ஒன்றும் ஏற்படுத்தப்பட்டது. தற்போது நமது பாரதப் பிரதமர் பாரதியின் நினைவு நூற்றாண்டை ஒட்டி, பாரதியின் பன்முக ஆளுமையை வெளிக்கொணரும் விதமாக, பாரதியின் படைப்புகளை உலகின் பல மொழிகளிலும் மொழிபெயர்க்கும் வகையில் பாரதி ஆய்வு இருக்கை ஒன்றை அமைக்கவுள்ளார். இத்தகைய சிறப்புகள் வாய்ந்த இப்பல்கலைக்கழகமும் இணைந்துதான் காசி தமிழ்ச் சங்கம நிகழ்ச்சி ஏற்பாடுகளைச் செய்தது.

காசி தமிழ்ச் சங்கமத்தின் ஒரு பகுதியாக நமது நாட்டுப்புறக் கலைகள், பாடல்கள் ஆகியவற்றிற்குப் பெருமை சேர்க்கும் விதமாக, தமிழ்நாட்டிலிருந்து நாட்டுப்புறக்கலைகளில் தேர்ந்தவர்களின் குழுக்கள், கைவினைக் கலைஞர்கள் ஆகியோரை அழைத்துவந்து அங்கு தினமும் நிகழ்ச்சிகள் நடத்த ஏற்பாடு செய்திருந்தனர். தவிர நமது பாரம்பரியம் மிக்க கோவில்கள் பற்றி அறிஞர்களைக் கொண்டு உரையாற்றுவதற்கும் ஏற்பாடு செய்திருந்தனர். இதன்மூலம் தமிழகத்தின் பெருமைமிகு கலைகள் மற்றும் தொன்மையான கோவில்கள் பற்றி வடஇந்தியர்கள் மட்டுமல்லாது உலகம் முழுவதுமே அறிந்துகொள்ளவும் வாய்ப்பை ஏற்படுத்திக் கொடுத்திருந்தார் நமது பிரதமர்.

நாங்கள் அரங்கிற்குச் சென்ற அன்று நடந்த நாட்டுப்புற நடன நிகழ்ச்சிகள் ஒவ்வொன்றும் கண்ணையும் கருத்தையும் கவர்ந்தன. கிராமப்புற சிறு தெய்வங்களான கருப்பசாமி, காளி, மதுரை வீரன், முத்தாலம்மன், மகாமாயி என ஒவ்வொரு தெய்வமாக மேடையில் வந்து நையாண்டி மேளத்திற்கு ஆடிய விதம் அசத்தலாக இருந்தது. அவர்களோடு சேர்ந்து அரங்கத்திலிருந்த மாணவர்களும், எங்கள் குழுவிலிருந்த பலரும் ஆடியபோது நிஜமாகவே மெய் சிலிர்த்தது.

அன்றிரவு டின்னர் சாப்பிடும்போதே அடுத்த நாள் எங்கெங்கு செல்கிறோம் என்பதைப் பற்றியெல்லாம் எங்கள் ஒருங்கிணைப்பாளர் விவரித்தார். மறுநாள் மிக முக்கியமான நாள்...

6

பாரதியின் நினைவுடன்தான் அன்று காலை நான் கண்விழித்தேன். ஆம், அன்று மகாகவியின் பிறந்த தினம். அன்றைய தினத்தில், அவர் சில காலம் வாழ்ந்த காசியில் நானும் இருக்கின்ற வாய்ப்பு கிடைத்ததை வரம் என்றுதான் சொல்லவேண்டும். அன்று காலை நான்கு மணிக்கெல்லாம் நாங்கள் புறப்பட வேண்டுமென்றும், முதலில் ஹனுமன் காட்டில் கங்கா ஸ்நானம் செய்யப் போகிறோம் எனவும் முதல் நாளே எங்களுக்குத் தெரிவிக்கப்பட்டிருந்தது.

நாங்கள் அனைவரும் பேருந்தில் ஏறினோம். சிறிது நேரத்திற்குப் பிறகு பேருந்து ஓரிடத்தில் நின்றது. அங்கிருந்து நடந்துதான் செல்லவேண்டுமென்றனர். நாங்கள் நடக்கும் வழியில் ஒரு தேநீர்க் கடைக்கு எதிரில் பாரதியின் மார்பளவு சிலை கண்ணில் பட, நின்றேன். அனைவரும் தேநீர்க்கடையில் தேநீர் அருந்திய நேரத்தில் நான் பாரதியுடன் சில புகைப்படங்கள் எடுத்துக்கொண்டேன்.

பிறகு நானும் தேநீர் அருந்தினேன். காலைநேரக் குளிருக்கு மிகவும் இதமாக இருந்தது சூடான தேநீர். நாங்கள் மேலும் நடந்தோம். ஹனுமன் படித்துறை நோக்கி நாங்கள் நடக்கும்

வழியில்தான் பாரதி நான்காண்டுகள் வசித்த வீடிருந்தது. தற்போது பாரதியின் தங்கை மகனான 97 வயதாகும் திரு கிருஷ்ணன் மற்றும் அவரது குடும்பத்தினர் அவ்வீட்டில் வசித்து வருகிறார்கள். வீட்டின் மேற்புறம் பாரதியின் பெயரோடு ஹிந்தியில் பெயர்ப்பலகையும் இருந்தது.

அன்று பாரதியின் பிறந்த தினம் என்பதால், அங்கு சில முக்கிய நிகழ்வுகள் நடத்தப்பட இருந்த காரணத்தால் பொதுமக்களுக்கு அன்று உள்ளே செல்ல அனுமதியில்லை. அதன் கதவும் மூடியிருந்தது. எனவே வெளியிலிருந்து ஒரு செல்ஃபி மட்டும் எடுத்துக்கொண்டோம்.

1898ம் ஆண்டு தன் பதினாறு வயதில் காசியிலிருக்கும் தன் அத்தை வீட்டிற்கு வந்த பாரதி 1902ம் ஆண்டு முடிய நான்கு வருடங்கள் அந்த வீட்டில் வாழ்ந்திருக்கிறார். சிவமடம் என்ற பெயருள்ள அந்த வீட்டில் நந்தியுடன் சிவனுக்கு ஒரு சந்நிதி உள்ளது.

அங்கிருந்த காலத்தில் பாரதி ஹிந்தி, சமஸ்கிருதம் ஆகிய மொழிகளைக் கற்றுத்தேர்ந்தார். தவிர, அங்குதான் மதன்மோகன் மாளவியா, அன்னிபெசன்ட் அம்மையார், பாலகங்காதர திலகர் போன்ற முக்கிய அரசியல் ஆளுமைகளைச் சந்தித்துப் பல்வேறு தெளிவுகளைப் பெற்றார். காசியில் பாரதி வாழ்ந்த அந்த வீட்டை நினைவிடமாக்கும் முடிவை உத்தரப் பிரதேச அரசு எடுத்திருப்பதாக அறிந்தோம். தமிழக அரசின் சார்பில் அவ்வீட்டின் முன்புற அறையில் பாரதியின் மார்பளவு சிலையோடு ஒரு நூலகமும் அமைக்கப்பட உள்ளது.

அவரது பிறந்த தினத்தில் அங்கிருந்தும், அந்த வீட்டிற்குள் சென்று பார்க்க இயலவில்லையே என்கிற வருத்தத்துடன் அடுத்து ஹனுமன் படித்துறை நோக்கி நடந்தோம். குறுகலான பாதையில் நடந்துசென்று படியிறங்கிய அதேநேரம் அகண்ட

கங்கையும், அதில் குளித்துவிட்டு எழும்புவதுபோல உதயமாகிக் கொண்டிருந்த ஆரஞ்சு நிற சூரியப் பந்தையும் கண்டதும் நான் மெய்மறந்து நின்றுவிட்டேன். ஆஹா, என்ன அழகான உதயம்! எத்தனையோ இடங்களில் சூரியோதயத்தைக் கண்டிருந்தாலும், நதிகளில் நீராடும்போது காணும் சூரியோதயத்தின் அழகுக்கு ஈடேயில்லை எனலாம். ஐந்தாறு வருடங்களுக்கு முன்பு 'நர்மதா பரிக்கிரமா' சென்றபோது நர்மதை நதியில் தினந்தோறும் நீராடும்போதெல்லாம் சூரியோதயத்தைக் கண்டு மயங்கித் தொழுதிருக்கிறேன்.

என் கைகள் என் மொபைல் கேமராவை எடுத்துக் கங்கையில் கண்ட சூரியோதயத்தை இஷ்டம்போலப் படமெடுத்தது. நானும் அதன் பின்னணியில் ஃபோட்டோக்கள் எடுத்துக்கொண்டேன். அகண்ட கங்கை நதி ஆரஞ்சு நிற சூரிய ஒளியில் தங்க நிறமாக மின்னிய அழகை என் கண்களால் விழுங்கினேன்.

இந்தப் படித்துறையில் பாரதியின் கால்கள் எத்தனை முறைகள் ஏறி இறங்கியிருக்கும்! அவர் நடமாடி, அமர்ந்து கங்கையை ரசித்து நீராடிய இடத்தில் நானும் இந்த வினாடி அமர்ந்திருக்கிறேன் என்பதே சிலிர்ப்பைத் தந்தது.

> 'இன்நறு நீர் கங்கை ஆறு எங்கள் ஆறே;
> இங்கிதன் மாண்பிற்கு எதிர் ஏது வேறே?'

தகதகக்கும் கங்கையும், அதில் சென்றுகொண்டிருந்த படகுகளும், அதன் கரையோரம் ஆங்காங்கிருந்த சிறுசிறு கோவில்களும், பெரிய கட்டடங்களுமாகப் பல திரைப்படங்களில் நான்

கண்டிருந்த இந்தப் பேரழகை நேரில் காண்பதற்கு எத்தனை காலம் ஏங்கியிருப்பேன்!

உலகத்தில் எத்தனையோ நதிகள் ஓடிக்கொண்டிருக்கலாம். ஆனால் பாரதத்தில் ஓடுகின்ற ஒவ்வொரு நதியும் புனிதமானவை. இவையெல்லாம் பாவங்கள் தீர்க்கும் தெய்வத்தன்மை கொண்ட புண்ணிய நதிகளாக வணங்கப்படுகின்றன. சக்தியின் அம்சங்களாக போற்றப்படுகின்றன. நதிகளைப் பூஜிக்கும் வழக்கம் தொன்றுதொட்டு நமக்கிருந்து வருகிறது. மற்ற நதிகளைவிட கங்கை எதனால் மிகவும் புனிதமான ஒன்றாகக் கருதப்படுகிறது என்பது அனைவரும் அறிந்த ஒன்றுதான். காரணம் பகீரதன் பல்லாயிரக்கணக்கான ஆண்டுகள் மேற்கொண்ட கடுந்தவத்தால் தேவலோகத்திலிருந்து சிவனின் ஜடாமுடி வழியே பூமிக்கு வழிந்தோடி வந்தவள் கங்கை. இன்றுவரை மானிடரின் பாவங்களைப் போக்கியவாறு பூமியைச் செழிக்கச் செய்துகொண்டிருப்பவள். மரணத் தறுவாயில் உள்ளவருக்கு அவர்களது பாவங்கள் கரைந்து முக்தி கிடைக்குமென்ற நம்பிக்கையில் ஓர் உத்தரணியேனும் கங்கா ஜலம் புகட்டுவது ஹிந்துக்களின் கலாசாரங்களில் ஒன்று. செப்புச் சொம்புகளில் அடைக்கப்பட்ட கங்கா ஜலம் இல்லாத ஹிந்துக்களின் வீடுகளைக் காணமுடியாது. நேரடியாகக் காசிக்கு வந்து கங்கை நதியைப் பூஜிக்க இயலாதவர்கள் தங்கள் பூஜையறையிலிருக்கும் அந்த கங்கா ஜலத்திற்கு நித்திய பூஜைகளைச் செய்து வழிபடுவதுண்டு.

அப்படிப்பட்ட புண்ணிய கங்கையில் அனைவரும் நீராடிய பிறகு மீண்டும் பேருந்து நோக்கிச் சென்றோம். போகும் வழியில் ஆதிசங்கரரின் கோவில் ஒன்றையும் தரிசித்தோம். பாரதி வசித்த வீட்டிற்கு எதிரில் உள்ளது இக்கோவில்.

அங்கே ஓரிடத்தில் எங்களுக்குச் சுவையான தேநீர் மற்றும் பிஸ்கட்கள் வழங்கப்பட்டன. அதன் பிறகு எங்கள் பேருந்து மீண்டும் காசி விஸ்வநாதர் ஆலயம் நோக்கிச் சென்றது. இம்முறை விஸ்வநாதர் தரிசனம் காண்பதற்குச் செல்லவில்லை. மற்றொரு நிகழ்ச்சி அவ்வளாகத்திலுள்ள அரங்கில் நடக்க இருந்ததால்தான் அங்கு அழைத்துச் செல்லப்பட்டோம். மீண்டும் அதே ஞானவாபி மசூதி வழியே கோவிலினுள் நுழைந்தோம். ஆயிரக்கணக்கான பக்தர்களின் தரிசன வரிசையைக் கடந்து மணிகர்ணிகா கட்டத்திற்குச் செல்லும் பெரிய சதுக்கம் வழியே நடந்துசென்று குளிரூட்டப்பட்டிருந்த ஒரு பெரிய அரங்கிற்குள் அழைத்துச் செல்லப்பட்டோம். அங்கே அத்தனை பேரும் அமரும் வகையில் மேடைக்குக் கீழே பல வரிசைகளில் நாற்காலிகள் போடப்பட்டிருந்தன. அன்றைக்கு எந்த அமைச்சர் பேசுவதற்கு வரப்போகிறார் என்கிற ஆவலுடன் நாங்கள் காத்திருந்தோம். கண்டிப்பாகப் பிரதமர் வருவதற்கு வாய்ப்பில்லை. ஒருவேளை உத்தரப் பிரதேச முதல்வர் வரக்கூடும் என்கிற பேச்சு அடிபட்டது. யோகி ஆதித்யநாத் அவர்களை நேரில் காணும் ஆவல் மேலிட்டது எங்களுக்கு.

சற்று நேரத்தில் அரங்கத்தில் பரபரப்பு ஏற்பட்டது. புகைப்படக்காரர்களுக்கு நடுவில் எவ்வித ஆர்ப்பாட்டமுமின்றி மிகச் சாதாரணமாக, அமைதியாக நடந்து வந்து மேடையேறினார் அவர். பலரும் ஊகித்திருந்ததைப்போல அன்று வந்தது உத்தரப் பிரதேச முதல்வர் யோகியல்ல. ஆயினும் அன்று எங்கள் முன்பு உரையாற்ற வந்தவரைக் கண்டு எங்கள் கண்கள் மகிழ்ச்சியில் விரிந்தன. அன்றைக்குக் காசி தமிழ்ச் சங்கமம் சார்பில் பேசுவதற்காக வந்த, உலகமே வியந்து மதிக்கும் அந்தப் பிரபலம்...

7

மேடையில் எங்கள் முன்பு வந்து நின்றவர் இந்திய வெளியுறவுத்துறை அமைச்சர் திரு ஜெய்சங்கர். அவரையெல்லாம் நேரில் பார்க்கும் வாய்ப்பு கிட்டியதே பெரிய வரமாகத் தோன்றியது. எவ்வித தடபுடல்களுமின்றி அமைதியாகக் குத்து விளக்கேற்றி நிகழ்ச்சியைத் தொடங்கினார்.

'சமூகம் மற்றும் தேசக் கட்டுமானங்களில் கோவில்களின் பங்களிப்பு' என்ற தலைப்பில் அன்றைக்கு நமது வெளியுறவுத்துறை அமைச்சர் ஆற்றிய உரை வெகு அற்புதமானது. அதன் சாராம்சத்தை இங்கே சுருக்கமாகப் பார்ப்போம்.

'கோவில்கள் என்பது வெறும் இறைத் தரிசனம் பெறும் இடம் மட்டுமல்ல. அவை நம் நாகரிகத்தின் அடையாளம். ஞானத்துடன் கல்வியறிவையும்

வழங்குமிடம். கோவில்களின்றி நம் வாழ்வு நகர்வதில்லை. உலகமயமாக்கல் என்பது கோவில்களின் வளர்ச்சி மற்றும் பராமரிப்பிற்குச் சற்றுத் தடையாக இருந்தாலும், மோதியின் தலைமையிலான அரசு பதவியேற்ற பின் இந்தியா, கோவில்களின் புனரமைப்பில் தீவிர ஈடுபாடு காட்டிவருகிறது. இந்தியாவிலுள்ள பாரம்பரியம் மிகுந்த பல கோவில்களை மோதிஜியின் தலைமையிலான பாஜக அரசு புனரமைத்துள்ளது. இந்தியா மட்டுமின்றி உலகத்தின் பல நாடுகளிலுமுள்ள பண்டைய ஹிந்துக் கோவில்களையும் நம் இந்திய அரசு முழுமூச்சில் புனரமைத்து வருகிறது.

இந்த உலகிலேயே மிகப் பெரியதும், ஒரு தமிழ் மன்னரால் கட்டப்பட்டதுமான அங்கோர்வாட் கோவில் வெகு காலமாகப் பூஜைகள் ஏதுமின்றிப் பாழடைந்த நிலையில் இருந்துவந்தது. மோதிஜி தலைமையிலுள்ள நம் இந்திய அரசு தற்போது அங்கோர்வாட் கோவிலைப் புனரமைத்து வருகிறது. தவிர ஸ்ரீலங்கா, பங்களாதேஷ், சீனா போன்ற நாடுகளிலுள்ள நம் ஹிந்துக் கோவில்களையும் இந்திய அரசு புனரமைத்து வருகிறது. அயோத்திக்கும் கொரிய நாட்டிற்கும் இடையில் சிறப்பான கலாசார இணைப்புகள் உள்ளதால் அயோத்தி ராமர் கோவில் கட்டுமானத்தில் கொரிய மக்களும் தங்கள் பங்களிப்பை அளிக்க விரும்புகிறார்கள். தவிர, வியட்நாமில் சம்பா அரசாட்சியில் கட்டப்பட்ட பழமையான சிவாலயத்தையும் புனரமைக்கும் பணியில்

ஈடுபட்டுள்ளது இந்திய அரசு. வளைகுடா நாடுகளில் ஹிந்து ஆலயங்கள் கட்டவும், நமது தொல்லியல் துறையுடன் இணைந்து அங்கு ஏற்கெனவே உள்ள பழமையான கோவில்களைப் புனரமைக்கவும் அனுமதி பெற்றுள்ளோம்.

இந்தியாவிலிருந்து வெளிநாடுகளுக்குப் புலம்பெயர்ந்து செல்லும் ஒவ்வொரு இந்தியரும் வணிகர்களும் தூதுவர்களும் நம் கலாசாரங்களையும் சுமந்துசென்று அங்கு பரப்பி வருகின்றனர். அந்த வகையில் அமெரிக்காவில் மட்டும் ஆயிரம் கோவில்கள் உள்ளன. அதன்மூலம் நம் கலாசாரங்களையும் பாரம்பரியத்தையும் உலகளவில் எப்படிக் கொண்டுசென்றிருக்கிறோம் என்பதை உலகிற்கு உணர்த்தி வருகிறோம். மங்கோலியா மற்றும் கம்போடியாவிலுள்ள கோவில்களைப் பற்றிய விவரங்கள் மற்றும் கைவினைக் கலைஞர்களின் திறன்கள், சுவர் ஓவியங்கள் போன்றவைகளை மின்னணுத் தகவல்களாகச் சேமிக்கும் பணிகளும் நடந்து வருகின்றன. மேலும், நேபாளத்தையும் இந்தியாவையும் இணைக்கும் வகையில் ராமாயண சுற்றுலாவைக் கட்டமைப்பதற்கு (Ramayan circuit) நமது பாரதப் பிரதமர் மோதிஜி நூறு கோடி ரூபாய் ஒதுக்கியிருக்கிறார். நமது பாரம்பரியத்தையும் கலாசாரங்களையும் காக்க இந்திய அரசுடன் ஒவ்வொரு இந்தியரும் கரம் கோர்க்க முன்வரவேண்டும்.'

நமது வெளியுறவுத்துறை அமைச்சர், நம் பாரம்பரியங்களைக் காப்பாற்ற இந்திய அரசு எடுத்துவரும் முயற்சிகளைப் பட்டியலிட்டுப் பேசப்பேச அங்கிருந்த அனைவரும் மலைத்துப் போனோம். கரவொலியில் அரங்கம் அதிர்ந்தது. அந்த நிகழ்ச்சி நிறைவுற்றதும் அன்றைய தினமும் எங்களுக்கு அன்னபூரணியின் அருகாமையில்தான் சுவையான உணவு வழங்க ஏற்பாடு செய்யப்பட்டிருந்தது. காசியில் இருந்த இரு தினங்களும் அன்னபூரணியின் அருகாமையில், அவளது பிரசாதமாக விருந்துண்டதை மறக்கவே முடியாது.

அன்று பிற்பகல், புகழ்பெற்ற காசியின் காவல் தெய்வமான காலபைரவவரைத் தரிசிக்க நாங்கள் அழைத்துச் செல்லப்பட்டோம். அங்கே எங்களுக்கென்று சிறப்புத் தரிசனம் கிடையாதென்பதால் மற்ற பக்தர்களோடு வரிசையில் நின்றுதான் காலபைரவவரைத் தரிசித்தோம். சிவனின் முக்கியமான வடிவமான இந்தக் கால பைரவர்தான் காசியின் காவல் தெய்வம். இவரது அனுமதியின்றிக் காசியில் வசிக்க

முடியாதென்பர். காசியைச் சுற்றிலும் அஷ்டதிக்குகளிலும் அஷ்ட பைரவர்களுக்குக் கோவில்கள் உள்ளன. யம பயம் நீக்குபவர் இந்தக் காலபைரவர். காசிக்கயிறு என்பது இந்த பைரவரிடம் வைத்துப் பூஜித்துத் தரப்படுவதே. இதைக் கையில் கட்டிக்கொண்டால் யம பயம் ஏற்படாது என்கிற நம்பிக்கை உள்ளது. விரிந்த கண்கள், பெரிய மீசை, நீண்ட கரங்கள், கீழே நாய் எனக் கம்பீரமாகக் காட்சி தருகிறார் இந்த மஹா காலபைரவர்.

நீண்ட வரிசை என்பதால் இங்கே அனைவரும் தரிசனம் செய்துவிட்டு வருவதற்குக் கூடுதல் நேரமெடுத்தது. நாங்கள் சற்று முன்னதாகவே தரிசனம் முடித்து வெளியில் வந்ததால், மற்றவர்களுக்காகக் காத்திருக்கும் சமயத்தில் ஒரு தேநீர் அருந்தலாமென ஒரு சாலையோரக் கடையை நாடினோம். அங்கே மற்றொரு வஸ்துவும் எங்கள் கண்ணில் பட்டது. குளிர்காலத்தில் மட்டுமே பனாரஸில் கிடைக்கக்கூடிய ‘மலேயோ’ என்கிற சிறப்பான இனிப்பு.

இதனை ‘பால் நுரை’ என்றும் சொல்லலாம். பனாரஸில் மட்டுமே பாரம்பரியமான மலேயோ கிடைக்கும். அதுவும் குளிர் காலமான நவம்பரில் தொடங்கி ஜனவரி முடிய மூன்றே மாதங்கள் மட்டும்தான் இதை ருசிக்க முடியும். குங்குமப்பூவும் ஏலக்காய்ப் பொடியும் சேர்த்த பாலை இரும்புக் கடாயில் பாதியாக வற்றும்வரை காய்ச்சி, ஒரு பாத்திரத்தில் ஊற்றிவைத்து மேலே ஒரு வலை போட்டு, ஒரு இரவு முழுக்க வெளியில் வானம் பார்க்க வைத்துவிடுவார்கள். குளிர்கால இரவில் இறங்கும் பனித்துளிகள் இந்தப் பாலில் இறங்கி ஏற்படுத்தும் மாயம்தான் மலேயோ என்கிற நுரை. இளம் மஞ்சள் நிறத்தில் சேரும் இந்த நுரையை எடுத்து சிறிய மண் கலயத்தில் வைத்து அதன் மீது பாதாம் பிஸ்தா துருவல்களைத் தூவிக் கொடுக்கிறார்கள். அடேயப்பா...! இதனைச் சுவைக்கும்போது சொர்க்கம் தெரிகிறது. வாயிலிட்டால் நாவில் வழுக்கிச் செல்கிறது. அப்படியொரு பிரத்தியேகமான ருசி.

அடுத்து மிக முக்கியமான ஒன்றைக் காண்பதற்காக நாங்கள் பேருந்தில் கிளம்பினோம். ‘குரூயிஸ்’ எனப்படும் மிகப் பெரிய படகில் ஏறிக் கங்கையில் மிதந்தவாறு கங்கையின் அனைத்துப் படித்துறைகள் மற்றும் கங்கா ஆரத்தியையும் காணும் ஓர் அனுபவத்திற்கு நாங்கள் தயாரானோம். ஆனால், நடுவே சோதனையாக மிக நீண்ட தூரத்திற்கு ‘டிராஃபிக் ஜாம்’ ஏற்பட்டிருக்க, அதன் நடுவே எங்கள் பேருந்துகள் சிக்கி நின்றன. ‘குறிப்பிட்ட நேரத்திற்குள், அதாவது மாலை ஆறு மணிக்குள் அங்கு செல்லாவிட்டால் குரூயிஸில் ஏறிக் கங்கையில் பயணிக்கும் அனுபவத்தை இழக்க நேரிடும்’ என்றார் எங்கள் வழிகாட்டி. மாலை ஐந்தரை மணியைக் கடந்தும்கூட வாகன நெரிசலில் சிக்கிய எங்கள் பேருந்துகள் ஓர் அங்குலம்கூட நகரவில்லை. எல்லோரது முகத்திலும் ஏமாற்றம் படரத் தொடங்கியது.

8

‘காசி மாநகரச் சாலைகளில் எப்போது வாகன நெரிசல் ஏற்படுமெனச் சொல்லமுடியாது. அப்படி ஏற்பட்டால் அது சரியாவதற்கு வெகு நேரமாகும்’ என்றார் எங்கள் ஒருங்கிணைப்பாளர். நேரம் நகர்ந்துகொண்டேயிருந்தது.

“நீங்கள் இன்று குரூயிஸில் (கப்பல்) ஏறிக் கங்கையைச் சுற்றிப் பார்ப்பதும், கங்கா ஆரத்தி காண்பதும் சந்தேகம்தான். அதனால் நாம் ஒன்று செய்யலாம், வேண்டுமென்றால் உங்களை ஓரிடத்தில் இறக்கிவிடுகிறேன். உங்கள் இஷ்டம்போல ஷாப்பிங் செய்துவிட்டு வருகிறீர்களா?” என்று கேட்டார். அவர் கண்களில் ஒருவிதமான விஷமச் சிரிப்பு தெரிந்தது எனக்கு. சரி, அவர் ஏதோ விளையாடுகிறார் என்பது புரிய, நான் உடனே, “கண்டிப்பாக நாங்கள் குரூயிஸ்ல ஏறுவோம் எனக்கு நம்பிக்கையிருக்கு” என்றேன். “அதெப்படி அவ்ளோ உறுதியா சொல்றீங்க?” என்றார். “ஏன்னா இது மத்திய அரசு நடத்தும் சிறப்பு யாத்திரை. ஒவ்வொரு நிமிடமும் நாம் எங்கிருக்கிறோம், என்ன செய்கிறோமென மத்திய அரசுக்கு அப்டேட் ஆகிக்கொண்டிருக்கும், நாம் இப்போது டிராஃபிக்கில் சிக்கியிருப்பது உட்பட. அதனால் நமக்காக ஏற்பாடு செய்யப்பட்டிருக்கும் குரூயிஸ் நாம் வரும்வரை கண்டிப்பாகக் காத்திருக்கும்” என்றேன். அவர் வேண்டுமென்றே என்னிடம் ‘பெட்’டெல்லாம் வைத்தார். நான் என் நிலைப்பாட்டில் மாறவேயில்லை. ஒருவழியாக ஒரு பெரிய பூங்காவின் பின்புறம் எங்கள் பேருந்து நிற்க நாங்கள் இறங்கினோம். அவர் சிரித்தார். “டிராஃபிக்

டென்ஷன் தெரியக்கூடாதுன்னுதான் உங்க எல்லோருடனும் விளையாடினேன்” என்றார்.

நாங்கள் அந்தப் பூங்காவின் ஊடாகவே நடந்து அதன் மறுபுறம் கங்கைப் படித்துறை மூலமாகச் சற்றுத் தூரம் நடந்தோம். எங்களுக்காக குரூயிஸ் காத்திருந்தது. நாங்கள் அத்தனை பேரும் அதில் ஏறி வசதியான இடங்களில் நின்றும் அமர்ந்தும் கொண்டோம். நாங்கள் அமர்வதற்கு வசதியாக நிறைய பிளாஸ்டிக் சேர்களும் போடப்பட்டிருந்தன. கப்பலின் இரண்டாவது தளத்திற்கும் சென்று அங்கிருந்து கங்கையின் அழகைக் கண்டு ரசித்து ஃபோட்டோக்கள் எடுத்துக்கொண்டேன். குரூயிஸ் கிளம்புவதற்குப் பத்து நிமிடங்களாயிற்று. எங்களுக்கு முன்னால் ஒன்றிரண்டு குரூயிஸ்கள் புறப்பட்டுக் கங்கையின் நீரோட்டத்தில் மிதந்து சென்ற அழகு, கண்கொள்ளாக் காட்சி. தூரத்துப் படித்துறைகள், அவற்றையொட்டிய கட்டடங்கள் என எல்லாவற்றிலும் ஒளிர்ந்த விளக்குகளால் கங்கைக் கரையே தேவலோகம் போலத் தெரிந்தது. காசி நகரத்தை ஒளிரும் நகரமென்று சும்மாவா சொல்கிறார்கள்! குரூயிஸின் கீழ்ப் பகுதியில் ஒருபுறமாக பெரிய டேபிள் போட்டு அங்கிருந்த ஊழியர்கள் எங்களனைவருக்கும் சுவையான தேநீர், காப்பி, பிஸ்கட்கள் என அந்த இரண்டு மணிநேரப் படகுப் பயணத்தில் எத்தனை முறை கேட்டாலும் சலிக்காமல் கொடுத்தார்கள்.

எங்கள் குரூயிஸ் நகரத்தொடங்கியது. தூரத்து விளக்கொளிகளின் பிரதிபலிப்பினால் கங்கை நதியில் வைரங்கள் மிதப்பதுபோலத் தகதகவென ஜொலித்தது. குளிர்ந்த காற்று உடலைத் தழுவ அந்த குரூயிஸ் பயணம் சும்மா சொல்லக்கூடாது, உண்மையில் இந்திரலோகத்திலிருப்பது போன்ற உணர்வைத் தந்தது.

கங்கைக் கரையின் 64 கட்டங்களையும் காணும் பயணம் அது. ஒலிப்பெருக்கியில் ஒவ்வொரு படித்துறையின் பெயர் மற்றும் அதன் சிறப்புகள், அதன் பின்னணிக் கதைகள் என எல்லா விவரங்களும் கூறப்பட்டன. மணிகர்ணிகா மற்றும் ஹரிச்சந்திரா கட்டத்தில் எரிந்துகொண்டிருக்கும் அணையாத சிதைகளைக் காணமுடிந்தது. படகில் பயணிக்கும்போதே கங்கா ஆரத்தியையும் தூரத்திலிருந்தவாறே காணமுடிந்தது.

கங்கை நதி மிகவும் மாசடைந்தும், அதில் பல இடங்கள் குளிக்கவே முடியாத அளவுக்கு அசுத்தமாகவும் இருந்ததாக முன்பெல்லாம் காசிக்குச் சென்று வந்த பலர் கூறுவதைக் கேட்டிருக்கிறேன். ஆனால் தற்போது நமது பாரதப் பிரதமர் மோதியின் முயற்சியால் கங்கை நதியின் மாசுகளனைத்தும் அகற்றப்பட்டு நமது புனித கங்கை நதி ‘ஸ்படிகம்’போல் சுத்தமாக உள்ளது.

கப்பல் பயணத்தில் 64 கட்டங்களையும், கண் குளிர கங்கா ஆரத்தியையும் கண்ட பிறகு எங்கள் அனைவரையும் ஒருசேர குரூயிஸின் மேல் தளத்திலிருந்து குரூப் ஃபோட்டோக்களும் எடுத்தார்கள். மீண்டும் புறப்பட்ட இடத்திற்கே குரூயிஸ் வந்து நின்றது. நாங்கள் அதிலிருந்து இறங்கிப் படித்துறையைக் கடந்து, நாங்கள் வந்த பார்க்கின் வழியாகவே நடந்துசென்று பேருந்தில் ஏறிக்கொண்டோம். அந்த குரூயிஸ் பயண அனுபவத்தையும் கங்கைக் காட்சிகளையும் இனி வாழ்நாளில் மறக்கவே முடியாதெனலாம்.

அன்றிரவு உணவு முடித்த பிறகு அனைவரும் எங்களது தங்குமிடத்தில் இறக்கிவிடப்பட்டோம். மறுநாள் காலை எத்தனை மணிக்கு நாங்கள் தயாராக வேண்டும், எங்கெல்லாம் செல்லவிருக்கிறோம் என்ற விவரங்களும் எங்களுக்குத் தெரிவிக்கப்பட்டன. படுத்ததும் உறக்கம் தழுவியது எங்களை.

●

மறுநாள் நாங்கள் பிரயாக்ராஜ் செல்லவிருந்தோம். பனாரஸில் நாங்கள் தங்கியிருந்த அறைகளைக் காலை எட்டு மணிக்குக் காலிசெய்து, எங்கள் லக்கேஜ்களைச் சுமந்துகொண்டு கீழே வந்தோம். காசியில் இரண்டு நாட்கள் மின்சாரப் பேருந்துகளில் பயணித்த எங்களுக்கு அடுத்த இரண்டு நாட்கள் பயணத்திற்குக் குளிரூட்டப்பட்ட இரண்டு பெரிய சொகுசுப் பேருந்துகள் ஏற்பாடு செய்யப்பட்டிருந்தன. எங்கள் லக்கேஜ்கள் அனைத்தும் பேருந்துகளில் ஏற்றப்பட்டன. வராணசியிலிருந்து பிரயாக்ராஜ் செல்ல நூற்றிருபது கிலோமீட்டர் பயணிக்க வேண்டும். பின்னர் பிரயாக்ராஜிலிருந்து நூற்றறுபத்தியேழு கிலோமீட்டர் பயணித்து அயோத்திக்கும் செல்லவேண்டும் என்பதால் அன்றைய பயணம் மிகவும் நீண்டதாக இருக்குமென்றார் ஒருங்கிணைப்பாளர். எனவே நீண்டதொரு பயணத்திற்கு நாங்கள் தயாரானோம். எங்கள் பேருந்து பிரயாக்ராஜ் நோக்கிப் புறப்பட்டது. முகலாயர் காலத்தில் 'இலஹாபாத்' எனப் பெயர் மாற்றப்பட்ட இந்த இடத்திற்கு, உத்தரப் பிரதேச முதல்வர் யோகி அவர்கள் மீண்டும் அதன் முந்தைய பெயரான 'பிரயாக்ராஜ்' என்பதைச் சூட்டினார் என்கின்ற தகவல் இங்கு குறிப்பிடத்தக்கது.

கங்கை, யமுனை, சரஸ்வதி ஆகிய இம்மூன்று நதிகளும் சங்கமிக்கும் இடமான 'திரிவேணி சங்கமம்' ஹிந்துக்கள் மிகவும் போற்றும் புனித ஸ்தலமாகும். இங்கு நீராடி பித்ரு காரியங்கள்

செய்வதும், இறந்தவர்களின் அஸ்தியைக் கரைப்பதும் மிகவும் புனிதமாகக் கருதப்படுகிறது. பன்னிரண்டு ஆண்டுகளுக்கு ஒருமுறை பல லட்சம் பக்தர்கள் கூடி நீராடும் கும்பமேளா நடக்குமிடமும் இதுவே. அத்தகைய திரிவேணி சங்கமத்திலும் எங்கள் அனைவருக்கும் சிறப்பான வரவேற்பு அளிக்கப்பட்டது. மாவட்ட ஆட்சியர், அந்த ஊரின் எம்எல்ஏ, உயரதிகாரிகள் என அனைவரும் எங்களை வரவேற்றனர். பள்ளி ஆசிரியர்கள், கல்லூரிப் பெண்கள் எனப் பலரும் எங்கள் நெற்றியில் குங்குமம் வைத்து, மலர் தூவி எங்களை வரவேற்றனர். அங்கே ஓரிடத்தில் ஷாமியானா போடப்பட்டு நாங்கள் அமர்வதற்கு வசதியாக நாற்காலிகளும் போடப்பட்டிருந்தன. அங்கே பேருந்துக்கு ஒருவரென ஒவ்வொரு பேருந்திலிருந்தும் ஒருவரைத் தேர்ந்தெடுத்து கேடயமும் பூங்கொத்தும் கொடுத்துக் கௌரவித்தனர். எங்கள் பேருந்திலிருந்தோரின் சார்பாக அந்த மரியாதையை நான் ஏற்றுக்கொண்டதை என்னால் மறக்க இயலாது. துணை ஆட்சியர் உட்பட அதிகாரிகள் சிலரும் நல்ல தமிழில் எங்களை வரவேற்று உரை நிகழ்த்தியபோது எங்கள் காதுகளில் இன்பத் தேன் வந்து பாய்ந்தது.

“இன்னும் சில நிமிடங்களில் நீங்கள் படகுகளின் மூலம் மூன்று புனித நதிகளும் சங்கமிக்கும் இடத்திற்கு அழைத்துச் செல்லப்படுவீர்கள்” என்று அதிகாரிகள் கூறியதும் ஒருவித பரபரப்பு தொற்றிக்கொண்டது எங்களிடம்.

9

திரிவேணி சங்கமத்தில் மூன்று புனித நதிகளின் சங்கமத்தைக் காணும் ஆவலுடன், எங்களை அழைத்துச் செல்லத் தயாராக இருந்த படகுகளில் நாங்கள் ஏறினோம். மூன்றில் ஒரு நதியான சரஸ்வதி இங்கு பூமிக்கடியில் மறைந்திருந்துதான் மற்ற இரண்டு நதிகளுடன் சங்கமிப்பாள். சரஸ்வதி நதியைக் காணவேண்டுமென்றால் பத்ரிநாத் செல்லும் வழியில் இந்தியாவின் கடைசிக் கிராமமான மணாவிற்குச் செல்லவேண்டும். அங்கே ஓரிடத்தில் இரு பெரிய பாறைகளுக்கிடையிலிருந்து பால்போல வெண்ணிறத்தில் பொங்கியெழுந்து வழிந்தோடிச் செல்லும் சரஸ்வதி நதியைக் கண்குளிரக் காணமுடியும். அங்கிருந்து செல்லும் அவள் ஓரிடத்தில் மீண்டும் பூமிக்குள் மறைந்துவிடுவாள்.

பிறகு பூமிக்கடியிலேயே ஓடிவந்து திரிவேணி சங்கமத்தில் சரஸ்வதி கலப்பதை நாம் கண்ணால் காணமுடியாது.

காசியைப் போலவே அகண்டு ஓடும் சங்கம நதிகளின் மீது எங்கள் விசைப்படகுகள் சென்றன. பத்து நிமிடப் பயணம்தான் என்றாலும் படகிலிருந்து பார்க்கையில் கண்கொள்ளாக் காட்சிகள் விரிகின்றன. நதியில் பல நூறு படகுகள் சங்கமத்தில் புனித நீராடவிருக்கும் பக்தர்களுடன் விரைகின்றன. சைபீரியப் பறவைகள் கூட்டம் கூட்டமாகப் பறந்து சென்று படகுகளின் மீதமர்வதும், நீரில் நீந்துவதுமாகப் பார்ப்பதற்கே கொள்ளை அழகாக இருக்கின்றன. படகுகளில் செல்லும்போதே இருவேறு நிறங்களில் கங்கையும் யமுனையும் சங்கமிப்பதையும் காணமுடிகிறது.

படகுகள் ஓரிடத்தில் நின்றன, நாங்கள் இறங்கினோம். காசி தமிழ்ச் சங்கமம் மூலம் சென்ற பக்தர்களுக்கு மட்டும் ஓரிடத்தில் சங்கம நீரில் தடுப்புகள் அமைத்து நீராடுவதற்கான ஏற்பாடுகள் செய்திருந்தனர். நீராடிய பிறகு உடை மாற்றுவதற்கான வசதிகளும் ஆண்களுக்கும் பெண்களுக்கும் தனித்தனியாக இருந்தன.

சங்கமத்தில் குளிக்கும்போது எனக்கு ஸ்ரீராமனின் நினைவுவர 'ஜெய் ஸ்ரீராம்' என்று சொல்லியவாறு முங்கினேன். இந்த உடலையும் மனத்தையும் தூய்மையாக்கும் ஆற்றல்மிக்கது எதுவெனில், அதுவே 'ராம நாமம்'. அது மட்டுமே தாரக மந்திரமென்று சொல்லப்பட்டிருக்கிறது. தாரக என்றால் படகு. அதாவது நம்மை ஸம்சாரக் கடலிலிருந்து மோட்சத்திற்கு அழைத்துச் செல்லக்கூடிய சக்தியுள்ள படகு. ராம நாமத்தை ஜெபிப்பதாலேயே கடவுளின் ஆயிரம் நாமங்களை ஜெபிப்பதின் புண்ணியம் கிடைக்கிறது. அத்தகைய ராமனின் கதையைக் கூறுவதுதான் ராமாயணம். அதென்ன ராமாயணம், இதன் பொருள் என்ன என்று சின்ன வயதில் யோசித்திருக்கிறேன். திருமணத்திற்குப் பின் வடமொழி நன்கறிந்த, வேதங்களையும் கற்ற என் புக்கக உறவினர் ஒருவர்தான் இதற்குச் சரியான விளக்கமளித்தார்.

ராமாயணம் என்பதை ராம+அயனம் எனப் பிரித்தால், அயனம் என்ற வடமொழிச் சொல் கிடைக்கிறது. இது பயணம் அல்லது நகர்தல் என்ற பொருளைக் குறிக்கிறது. அதாவது ராமனின் பயணம் என்று இதனைக் கூறலாம். நான் யோசித்தேன், உண்மைதானே! அயோத்தியில் ஜனித்த ராமன் ஏதோ காரணங்களால் எத்தனை இடங்களுக்குச் சென்றிருக்கிறான்! மிகச் சிறிய வயதிலேயே அயோத்தியை விட்டு விஸ்வாமித்திர முனிவரின் பின்னால் செல்லவேண்டிய சூழல் அவனுக்கேற்பட்டது. தவமிருந்து பெற்ற தன் கண்மணியைக் கானகம் அனுப்ப இயலாமல் கண் கலங்கினான் தசரதன். ஆயினும், வசிட்டரின் சொற்படி ராம லக்குவரை விஸ்வாமித்திரருடன் அனுப்பிவைத்தான். அதனைத் தொடர்ந்து தாடகை வதம் நிகழ்ந்தது. அதற்குப் பின் சுயம்வரத்தில் பங்கேற்க மிதிலைக்குச் செல்கிறான்; சீதையை மணக்கிறான். அதுமட்டுமா? பதினான்கு ஆண்டுகள் வனவாசம் கிளம்பியவன், சீதையைப் பிரிந்து, வடக்கிலிருந்து தென்கோடிப் பாரதம் வரை சீதையைத் தேடி அலைந்ததும், சேது பாலம் அமைத்து இலங்கைக்குச் சென்று ராவணனை

வீழ்த்தி சீதையை அழைத்து வந்த சம்பவங்களும்தானே ராமாயணம் என்னும் காவியமாயிற்று. மனிதனாய் அவதரித்ததாலேயே அவன்தான் எத்தனை இடர்களை எதிர்கொண்டான்!

விஸ்வாமித்திரருடன் பாலகனான ராமனைக் கானகம் அனுப்பத் தயங்கிய அதே தசரதன்தான், பின்னர் அரியணை ஏறவிருந்த ராமனைப் பதினான்காண்டுகள் வனவாசம் போகச் சொல்கிறான். தந்தை சொற்படி வனவாசம் புறப்பட்ட ஸ்ரீராமன், பிரயாக்ராஜில் ஸ்ரிங்கி மகரிஷி வாழ்ந்த தற்போதைய ஸ்ரிங்கவேர்புர கிராமத்தின் வழியாக ஓடும் கங்கைக் கரையில்தானே வேடுவர் தலைவனான குகனைச் சந்தித்தான்...! வனவாசம் புறப்பட்ட பின் அவன் சந்தித்த முதல் புண்ணியவான் குகன். 'உன்னோடு ஐவரானோம்' என்று சொல்லி ராமன் தன்னை ஆரத்தழுவிக்கொள்ள எத்தனை ஜன்மங்கள் புண்ணியம் செய்திருக்கவேண்டும் குகன்!

பின்னர் சித்ரகூடம், அதன் பிறகு பர்ணசாலையில் சீதை ராவணனால் கவர்ந்து செல்லப்பட, அடுத்து அவன் சென்றது கிஷ்கிந்தை. அங்கே சுக்ரீவனும் ஹனுமனும் அறிமுகம்; வாலி வதம் நடக்கிறது. பின்னர் தனுஷ்கோடி வந்து வானரசேனை உதவியுடன் பாலம் அமைத்து இலங்கை சென்று ராவணனை வீழ்த்திய பிறகு விபீஷணனுடன் நட்புகொண்டு விபீஷண பட்டாபிஷேகம் நடக்கிறது. இதற்கிடையில் ராமனுக்காகவே நெடுங்காலமாகக் காத்திருந்த சபரியுடன் சந்திப்பு, சபரிக்கு மோட்சம் எனத் தான் சென்ற பாதையெல்லாம் அன்பை விதைத்துச் சென்றவன் ராமன்.

எங்களில் பலர் நீராடிய பிறகு அங்கேயே தர்ப்பணம் செய்து தங்கள் முன்னோர்களை வழிப்பட்டனர். அனைவரும் நீராடி உடை மாற்றிய பிறகு மீண்டும் படகுப் பயணம். எங்கிருந்து கிளம்பினோமோ அந்த இடத்திலேயே நாங்கள் இறக்கிவிடப்பட்டோம். பின்னர் திரிவேணி சங்கமத்தில் உள்ள சில கோவில்களுக்குச் சென்று தரிசித்தோம்.

அங்கு நாங்கள் சென்ற ஒரு ஹனுமார் கோவில் எங்களுக்கு ஆச்சரியத்தைத் தந்தது. 'படே ஹனுமார்' கோவில் என்றழைக்கப்படும் அந்தக் கோவிலில் நெருக்கியடிக்கும் கூட்டம். எங்களுக்கென ஒரு தனி வழி ஏற்படுத்தி எங்களை அழைத்துச் சென்றனர். முக்கால்வாசி சார்த்தியிருந்த இரும்புக் கம்பிகளாலான ஒரு கேட்டின் உள்ளே நுழைந்ததும் இடப்

பக்கமாக மீண்டும் வரிசையில் சென்றால் மாடிப்படிகள் போன்று படிக்கட்டுகள் செல்கின்றன. அதன்மீது நெருக்கியடித்து ஏறினால் நான்கு புறமும் மதில்சுவர் போன்று கம்பிகளாலான ஓர் அமைப்பு தெரிகிறது. அதன் மதிலருகில் நின்று மாடியிலிருந்து பார்ப்பதுபோலக் கீழே எட்டிப் பார்த்தால் எட்டடி ஆழத்தில், தரையில் சாய்ந்து படுத்திருக்கும் ஹனுமனைக் காணலாம். உலகில் வேறெங்குமே இப்படிச் சாய்ந்து படுத்திருக்கும் நிலையில் ஹனுமனைக் காணமுடியாது, இங்கு மட்டும்தான் படுத்திருக்கும் நிலையில் காணமுடியும். அவர் மேனி முழுவதும் பூக்கள் குவிந்திருக்கின்றன. இந்தச் சாய்ந்திருக்கும் ஹனுமன் சிலையின் ஒரு பகுதி கங்கை நீரில் மூழ்கியிருப்பது மற்றொரு அதிசயம். இந்த ஹனுமனுக்கு ஒரு சரித்திரமும் உள்ளது. அதையும் பார்ப்போம்.

கன்னோஜி என்ற ஊரைச் சேர்ந்த ஒரு பணக்காரர், பல வருடங்களாகப் புத்திர பாக்கியம் இல்லாதிருந்தார். அது ஒன்றைத் தவிர அவருக்கு வேறெந்த மனக்குறைகளுமில்லை. அதனால் அவர் விந்தியாச்சல் மலைப்பகுதிக்குச் சென்று அங்கிருந்து ஒரு கல்லைத் தேர்ந்தெடுத்து அதில் பெரிய ஹனுமன் சிலையை உருவாக்கினார். விந்தியாச்சல் மலையிலேயே ஹனுமனுக்கு ஒரு கோவிலும் கட்டினார். அங்கு ஹனுமனை பிரதிஷ்டை செய்வதற்கு முன்பு அச்சிலையைப் பல்வேறு புனித நதிகளிலும் நீராட்டி எடுத்துச்செல்ல விரும்பினார். அதேபோல் பல புனித நதிகளிலும் ஹனுமனை நீராட்டிய அவர் திரிவேணி சங்கமத்திலும் நீராட்டுவதற்காகக் கொண்டு வந்தார். சங்கமத்தில் நீராட்டிய அன்றிரவு அவருக்கு

ஒரு கனவு வந்தது. அதில், 'ஹனுமனை இந்த இடத்திலேயே விட்டுச்சென்றால் நீ விரும்பியதெல்லாம் நடக்கும், உன் மனக்குறைகள் நீங்கும்' என்றது ஓர் அசரீரி. விழித்தெழுந்த அவர் கனவில் கூறியதன்படியே, ஹனுமன் சிலையை பிரயாக்ராஜ் மண்ணிலேயே விட்டுவிட்டு கன்னோஜி திரும்பினார். அதன்பிறகு கனவில் கூறியவாறே அவருக்கு அழகிய ஆண் குழந்தை பிறந்தது. அவர் விரும்பியதெல்லாம் நடந்தது. அவரது மனக்குறைகள் நீங்கின. அதன்பின் பல ஆண்டுகள் கழித்து அந்த ஹனுமன் சிலை சாய்ந்த நிலையில் ஒரு பாதி மண்ணிலும் மறுபாதி நீரிலும் புதைந்து கிடப்பதை அங்குள்ளவர்கள் கண்டறிந்து அவரைச் சுற்றிக் கோவில் எழுப்பியுள்ளனர். அதனால்தான் இன்னமும் அவர் எட்டடி ஆழத்தில் மண்ணிலேயே இருக்கிறார். மழைக்காலங்களில் திரிவேணி சங்கமத்தில் நீர் அதிகரிக்கையில் இந்த ஹனுமனின் பாதத்தைத் தொட்டு வணங்குவதுபோலச் சங்கம நீரோட்டம், அவர் பாதத்தைத் தொட்டவாறு செல்லுமாம். இந்த படே ஹனுமனைத் தரிசித்த பிறகு நாங்கள் அழைத்துச்செல்லப்பட்ட இடம் சந்திரசேகர் ஆசாத் பூங்கா.

சந்திரசேகர் ஆசாத் 1906ல் உத்தரப் பிரதேசத்தைச் சேர்ந்த ஒரு கிராமத்தில் அந்தண குலத்தில் பிறந்து வளர்ந்த சுதந்திரப் போராட்ட வீரர். அவரது பதினைந்தாவது வயதில், ஆங்கிலேயருக்கு எதிராக நடந்த ஒத்துழையாமை இயக்கப் போராட்டத்தில் கலந்துகொண்டு சிறைக்குச் சென்றவர். நீதிமன்றத்தில் மாஜிஸ்ட்ரேட் இவரது பெயரைக் கேட்டபோது தனது பெயரோடு ஆசாத் (சுதந்திரம்) என்பதையும் சேர்ந்து சந்திரசேகர் ஆசாத் என்றதோடு, தனது தந்தையின் பெயர் சுதந்திரம் என்றும், தனது வீடு சிறைதான் என்றும் துணிச்சலாகக் கூறியதால் அதற்குத் தண்டனையாகப் பதினைந்து கசையடிகளும் பெற்றவர். ஒத்துழையாமை இயக்கத்தை காந்தி வாபஸ் பெற்றதால் ஏமாற்றமடைந்த ஆசாத் பின்னர் ஹிந்துஸ்தான் குடியரசு அமைப்பில் சேர்ந்து முழுச் சுதந்திரம் பெற பகத்சிங் போன்றோருடன் சேர்ந்து போராடினார். இவர் ஒரு மல்யுத்த வீரரும்கூட.

ஒருநாள் அலகாபாத் அல்ஃப்ரட் பூங்காவில் தன் இயக்கதைச் சேர்ந்த சுக்தேவுடன் இவர் பேசிக்கொண்டிருந்தபோது பிரிட்டிஷ் காவல்துறையினர் இவர்களைச் சுற்றி வளைத்தனர். சுக்தேவைத் தப்பிக்கவிட்ட சந்திரசேகர் ஆசாத் பிறகு நீண்டநேரம் காவல்துறையினரிடம் போராடினார். அந்தப்

போராட்டத்தின்போது அவரது காலில் குண்டடிபட்டதால் ஆசாத்தால் அங்கிருந்து தப்பிக்க இயலாமல் போனது. அவரது துப்பாக்கியில் ஒரே ஒரு தோட்டா மட்டுமே இருந்தது. எனவே காவல்துறையினரிடம் உயிருடன் பிடிபடக்கூடாது என்பதால் தன்னைத்தானே அவர் சுட்டுக்கொண்டார். ஆனால், பிரிட்டிஷார் இவரை என்கவுண்டரில் சுட்டுக் கொன்றதாகப் பொய்யாகக் கூறினர்.

ஆசாத் பயன்படுத்திய துப்பாக்கி அலகாபாத் அருங்காட்சியகத்திலும், அதன் ஆவணங்கள் லக்னோவிலும் உள்ளன. இந்தப் பூங்கா பின்னர் இவரது பெயரிலேயே அழைக்கப்பட ஆரம்பித்தது. அங்கு அவருக்கு மிகப் பெரிய

சிலை வைக்கப்பட்டுள்ளது. தேச விடுதலைக்காக உயிர்துறந்த ஒரு மாவீரர் நின்ற இடத்தில் நிற்பது பெருமிதத்தைத் தந்தது.

●

அடுத்ததாக எங்கள் பேருந்து அயோத்தியை நோக்கி வேகமெடுத்துச் சென்றது. மீண்டுமொரு நீண்டதூர பயணத்திற்கு நாங்கள் தயாரானோம். அயோத்தியை நெருங்கும்போதே என் உடலில் ஒருவித பரவசம். ராம் ஜன்ம பூமியாயிற்றே...!

பேருந்திற்கு வெளியில் சற்றுத் தொலைவில் சரயு நதி அமைதியாய் ஓடுவதை ரசித்துப் பார்த்தேன். மதியம் ஒருமணி வாக்கில் புறப்பட்ட நாங்கள் அயோத்தியை அடையும்போது இரவு பதினொரு மணி. நீண்டதூரம் உட்கார்ந்து பயணித்ததில் உடல் சோர்ந்துபோயிருந்தது. பசி வயிற்றைக் கிள்ளியது. சாப்பிட்டுப் படுத்தால் போதுமென்றிருந்தது, அவ்வளவு அசதி. அயோத்தியில் புதிதாகக் கட்டப்பட்டிருந்த மெட்ரோ ரயில் நிலையத்தில்தான் எங்களுக்குச் சாப்பாடு வழங்க ஏற்பாடு செய்யப்பட்டுள்ளதாகக் கூறினார் வழிகாட்டி. இதுவரை பொதுமக்கள் பயன்பாட்டிற்குத் திறக்கப்படாத அந்த ரயில் நிலையம் முதன்முதலாகக் காசி தமிழ்ச் சங்கமத்தில் வருபவர்களுக்காகவே சமீபத்தில் யோகி அரசால் திறந்து வைக்கப்பட்டுள்ளதென்றும் கூறினார் வழிகாட்டி. மிகவும் சோர்வுடன் நாங்கள் பேருந்திலிருந்து தூக்கக் கலக்கத்துடன் இறங்கினோம். எங்களில் சிலர் அயோத்தியில் பேருந்து நின்றதுமே தங்களது காலணிகளைப் பேருந்திலேயே கழற்றிவிட்டு வெறும் காலுடன் இறங்கினார்கள். ராம் ஜன்ம பூமியில் செருப்பணிந்து கால் பதிப்பதாவது என்றவர்கள், கீழே குனிந்து அயோத்தி பூமியைத் தொட்டுத் தங்கள் கண்களில் ஒற்றிக்கொண்டார்கள். அங்கிருந்த நாட்கள் முழுவதும் அவர்கள் செருப்பணியவில்லை.

நாங்கள் மிகுந்த சோர்வுடன் இறங்கினாலும், இறங்கிய சில நிமிடங்களிலேயே எங்களது சோர்வெல்லாம் இருந்த இடம் தெரியாமல் பஞ்சாய்ப் பறந்து போயிற்று. அதற்குக் காரணம்...

10

புதிதாகக் கட்டப்பட்டிருந்த அயோத்தி மெட்ரோ ரயில் நிலைய வளாகத்தில் இரவு பத்தரை மணிக்கு நாங்கள் அனைவரும் நடந்து செல்கையில், பாண்டு வாத்தியங்கள் முழங்க நடனக் கலைஞர்கள்போல அலங்கரித்துக்கொண்டிருந்த இளம் பெண்களும் ஆண்களும் எங்கள் நெற்றியில் குங்குமமிட்டு, மலர்கள் தூவி, வணக்கம் கூறி மலர்ந்த முகத்துடன் கரம் குவித்து எங்களை வரவேற்றபோது எங்களது சோர்வு பாதியாகக் குறைந்துபோனது. அவர்களோடு உத்தரப் பிரதேச மாநில அரசியல் பிரமுகர்கள் மற்றும் அயோத்தியைச் சேர்ந்த பாஜக நிர்வாகிகள் எனப் பலரும் எங்களை வரவேற்றனர்.

மெட்ரோ ரயில் நிலையத்தின் உட்புறக் கட்டுமானங்களும் வசதிகளும் பிரமிக்க வைத்தன. நல்ல பசியிலிருந்த எங்களை உணவருந்த அழைத்துச்செல்வார்கள் என நினைத்தால் கீழ்தளத்திலிருந்த பெரிய அரங்கம் போன்ற இடத்திற்கு எங்களை அழைத்துச்சென்றனர். அங்கே நாங்கள் அமர்வதற்கு வரிசையாக நாற்காலிகள் போடப்பட்டிருந்தன. 'உங்களுக்காகச் சில கலைநிகழ்ச்சிகள் ஏற்பாடு செய்திருக்கிறோம். அவற்றைக் கண்டு ரசித்துவிட்டு உணவுண்ணச் செல்லலாம்' என்றார்கள். ஒருபுறம் பயணக் களைப்பு, மறுபுறம் பசி என்ற நிலையில் இரவு பதினொரு மணிக்குக் கலைநிகழ்ச்சிகளா! எப்போது இவை முடிந்து, எப்போது சாப்பிட்டு, எப்போது அறைக்குச் சென்று படுப்பது! காலையில்வேறு சீக்கிரமே எழுந்தாக வேண்டுமே

என்ற அலுப்புடன்தான் நாங்கள் எல்லோரும் அங்கிருந்த நாற்காலிகளில் அமர்ந்தோம்.

சில நிமிடங்களில் வாசலில் எங்களை வரவேற்ற நடனக் கலைஞர்கள் வரிசையாக மேடையில் ஏறினார்கள். எல்லோருமே பதினைந்திலிருந்து பதினேழு வயதிற்குள்ளான இளைஞர் இளைஞிகள். அவர்கள் ஆடத்தொடங்கிய அடுத்த நிமிடமே நாங்கள் நிமிர்ந்து உட்கார்ந்தோம். உத்தரப் பிரதேசத்தின் நாட்டுப்புறக் கலையான ஃபருவாஹி (Faruwahi) நடனம்தான் அன்று அவர்கள் ஆடியது. ஆளுக்கு இரண்டு நீண்டு மெலிந்த கம்புகளை வைத்துக்கொண்டு அற்புதமாக ஒலித்த பாடல்களுக்கேற்ப, கம்புகளையே கால்களாக்கி அவர்கள் ஆடிய நடனம் அசத்தல். அந்தக் குழந்தைகளின் நளினமும், கடினமான பயிற்சியுடன் மிக லாகவமாக அவர்கள் ஆடிய விதமும் எங்களை விழிவிரிய வைத்தன. அந்த நடனத்தின் மூலம் அவர்கள் விஷ்ணுவின் அனைத்து அவதாரங்களையும் கண் முன்பு காட்டினார்கள். நாட்டியத்திலேயே சர்க்கஸ் வித்தை செய்வதுபோல நான்கு பேர் சேர்ந்து பாம்பணையாக மாற, அதன் மீது பரந்தாமன் பள்ளிகொண்டான். பல பேர் சேர்ந்து தேராக மாற, அதில் வில்லேந்திய ஸ்ரீராமன் வலம் வந்தான். கோபியருக்கு நடுவே ராசலீலை புரிந்தான் ஸ்ரீகிருஷ்ணன். நாங்கள் அயோத்திக்கு வரும்போதே தாமதமாகியிருந்தது.

அவர்கள் எங்களை மகிழ்ச்சியிலாழ்த்த எவ்வளவு நேரமாக அந்த அலங்காரங்களுடன் காத்திருந்தார்களோ, எப்போது சாப்பிட்டார்களோ தெரியவில்லை. ஆனாலும் துளிக்கூட

சோர்வின்றி அந்தப் பின்னிரவில் மலர்ந்த முகங்களுடன் துள்ளித் துள்ளி அவர்கள் ஆடியவிதம் எங்கள் கண்களில் ஆனந்தக் கண்ணீரை வரவழைத்தது.

எங்களது சோர்வு, பசியெல்லாம் மறந்து அவர்களது பாரம்பரிய நடனத்தில் நாங்கள் ஒன்றிப்போனோம். நிமிடத்திற்கொருமுறை கரவொலி எழுப்பினோம். எங்கள் களைப்பெல்லாம் நீங்கியது. கடைசியில் ஒருவர் மீது ஒருவர் ஏறி, இறுதியாக உச்சியில் ஏறி நின்ற ஓர் இளைஞன், ஒரு கம்பில் நமது தேசியக் கொடியைப் பறக்கவிட்டு 'பாரத் மாதாகி ஜே!', 'ஜெய் ஸ்ரீராம்!' என்ற முழக்கங்களுடன் நடனத்தை முடிக்க, நாங்களும் 'ஜெய் ஸ்ரீராம்! பாரத் மாதாகி ஜே!' என்று உற்சாகமாக முழங்கினோம். விண்ணைப் பிளக்கும் வண்ணம் கரவொலி எழுப்பினோம்.

எங்களை மகிழ்விக்க எத்தனை பயிற்சியெடுத்திருக்க வேண்டும் அந்தக் குழந்தைகள்! காலதாமதமாக வந்திருக்கும் எங்களுக்காக அத்தனை நேரம் காத்திருந்து இரவு பதினொரு மணிக்குமேல் அத்தனை உற்சாகமாக ஆடி மகிழ்வித்த அந்தக் குழந்தைகளை மனமாரப் பாராட்டிவிட்டு நாங்கள் எஸ்கலேட்டரில் ஏறி இரண்டாவது மாடியில் இரவு உணவை உண்பதற்குச் சென்றோம்.

அதன்பின் எங்களை ஐந்து நட்சத்திர விடுதியில் இறக்கிவிட்டனர். 'மறுநாள் ஆறுமணிக்கெல்லாம் நாங்கள் தயாராக இருக்க வேண்டும். அறையைக் காலிசெய்துவிட்டுப் புறப்படவேண்டும்' என்றார்கள். ஓர் இரவுதான் என்றாலும்

மிக வசதியான அறைகளை ஏற்பாடு செய்திருந்தனர். அலாரம் வைத்துவிட்டுப் படுத்ததுதான் தெரியும். சரியாக நாலரை மணிக்கு விழித்துக்கொண்டோம். குளித்து முடித்து எங்கள் லக்கேஜுடன் சரியாகக் காலை ஆறு மணிக்குத் தயாராகிக் கீழிறங்கி வரவேற்பறைக்கு வந்தோம்.

●

எங்கள் பேருந்துகள் அயோத்தி ராமர் கோவிலை நோக்கி விரைந்தன. தசரத புத்திரர்கள் நால்வரும் பிறந்து வளர்ந்த இடமும், ஹிந்துக்களின் புனிதமான இடமுமான ராம் ஜன்ம பூமியில், பலநூறு ஆண்டுகளுக்கு முன்பு முகலாயர் ஆட்சியில் ராமர் கோவில் இடிக்கப்பட்டு பாபர் மசூதி எழுப்பப்பட்டதையும், பின்னர் கரசேவகர்களால் பாபர் மசூதி இடிக்கப்பட்டு, அது தொடர்பான வழக்குகள் நடந்து நல்ல தீர்ப்பும் கிடைக்கப்பெற்று, எத்தனையோ நூற்றாண்டுகளுக்குப் பிறகு ராம் ஜன்ம பூமியில் நரேந்திர மோதியின் தலைமையிலான தற்போதைய பாஜக அரசு மீண்டும் ராமருக்குக் கோவில் எழுப்பிக்கொண்டிருக்கிறது. ராம் ஜன்ம பூமியை அடைவதற்கான போராட்டங்களில் பலிதானிகளான ஹிந்துக்கள் எத்தனையோ பேர்கள். இத்தகைய உணர்வுபூர்வமான ஒரு புனித மண்ணில் நாங்கள் நிற்கிறோம் என்பதே சிலிர்ப்பைத் தந்தது.

அயோத்தி ராமரைக் காண்பதற்கு முன்பு, அயோத்தியின் இதயப் பகுதியில் ராம் ஜன்ம பூமிக்கு அருகாமையிலுள்ள பத்தாம் நூற்றாண்டைச் சேர்ந்த கர்ஹி ஆஞ்சநேயனைத் தரிசிக்கச் சென்றோம். மிகப் பெரிய கோட்டை போன்றிருந்தது 'ஹனுமனின் இல்லம்' என அழைக்கப்படும் அந்தக் கோவில்.

எழுபது படிகள் ஏறிச்செல்ல வேண்டும். ஆஞ்சநேயன் இங்கு குழந்தை வடிவில் அஞ்சனையின் மடியில் அமர்ந்தவாறு பால ஹனுமனாகக் காட்சி தருகிறான். ராம் ஜன்ம பூமியிலுள்ள

ராமரைத் தரிசிப்பதற்கு முன்பு இந்த ஹனுமனைத் தரிசித்துச் செல்ல வேண்டுமென்பது இங்குள்ள மரபு. இந்தக் கோட்டையில் இருந்தபடி ராம் ஜன்ம பூமியையும், அயோத்தி மாநகரையும் காவல் காக்கிறான் ஹனுமன்.

அடுத்து எங்களை அழைத்துச்சென்ற கோவில், சரயு நதிக்கரையோரம் உள்ள அம்மாஜி ராம் மந்திர். 1904ம் ஆண்டு மிகச் சிறந்த பண்டிதரான யோகி பார்த்தசாரதி ஐயங்கார் என்ற தமிழரால் கட்டப்பட்ட இக்கோவில், தென்னிந்திய கோவில்களைப்போல ராஜகோபுரம், துவஜஸ்தம்பம், மஹா மண்டபம், அர்த்த மண்டபம், கருவறை விமானங்கள் எனத் திராவிடப் பாணியில் உள்ளது.

திருவல்லிக்கேணியில் வசித்துவந்த யோகி பார்த்தசாரதி ஐயங்காரும், அவர் மனைவியும் திவ்யதேச யாத்திரைக்காகக் கிளம்பினார்கள். பல்வேறு திவ்யதேசங்களைத் தரிசித்தவர்கள் அயோத்திக்கு வந்தனர். ஒரு நாளிரவு அவரது மனைவிக்குக் கனவு வந்தது. கனவில் பாழடைந்த நிலையில் மண்ணில் புதைந்திருந்த ராமர் — சீதையின் உத்சவ விக்கிரகங்களைக் காண்கிறாள். அந்தக் கோவில் ராமநாதபுரத்திலுள்ள திருப்புல்லாணி (தர்ப்பசயனம்) என்பதும் தெரிகிறது. கணவனும் மனைவியும் உடனே ராமநாதபுரத்திற்குச் சென்றனர். கனவில் கண்டாற்போலவே அங்கே பாழடைந்த கோவிலையும் விக்கிரகங்களையும் காண்கிறார்கள். பிறகு

ராமநாதபுரம் மகாராஜாவின் அனுமதியுடன் அந்த விக்கிரகங்களை அயோத்திக்கு எடுத்துவந்து அவர்கள் கட்டிய கோவில்தான் அம்மாஜி மந்திர். கணவன் மனைவி இருவரும் பிறகு அயோத்தியிலேயே குடியேறிக் கோவில் நிர்வாகத்தைக் கவனித்து வந்தனர். யோகி பார்த்தசாரதி ஐயங்காரின் மறைவுக்குப் பிறகு, அவரது மனைவி சிங்கம்மாள் கோவில் நிர்வாக பொறுப்பை ஏற்றுக்கொண்டதால், பின்னர் இந்த ராமர் கோவில் அம்மாஜி கோவிலாகிவிட்டது.

இடக்கரத்தில் ஏந்திய கோதண்டத்துடன், வலப்புறம் லக்ஷ்மணன், இடப்புறம் சீதையென மிகவும் அழகான விக்கிரகங்கள். தென்னிந்திய பாணிக் கோவில் என்பதாலும், திருப்புல்லாணியிலிருந்து கொண்டுவரப்பட்ட உத்சவ விக்கிரகங்கள் என்பதாலும், ஸ்ரீராமானுஜர் ஏற்படுத்திய ஸ்ரீவைஷ்ணவ சம்பிரதாயப்படியே இங்கு நித்ய ஆராதனைகளும் உத்சவங்களும் நடத்தப்பட்டு வருவதாலும் இத்திருக்கோவில் ஒரு திவ்யதேசமாகவே கருதப்பட்டு அனைவராலும் வணங்கப்படுகிறது.

இந்த ராமரின் தரிசனம் திருப்தியாக நிறைவுற்ற பிறகு, தனது ஜன்ம பூமியில் எங்களுக்குத் தரிசனம் தருவதற்குக் காத்திருக்கும் தசரத புத்திரர்களைத் தரிசிக்க நாங்கள் கிளம்பினோம். விண்ணை முட்டுவதுபோல உரத்த குரலில் ராம நாமம் கூறியவாறும், ராமன் மீதான பஜனைப்

பாடல்கள் பாடியவாறும் அயோத்தி மாநகர வீதிகள் வழியே நடந்து (செருப்பில்லாமல்தான்) ராம் ஜன்ம பூமியை நோக்கிச் சென்றோம். ராமனுக்கான (ராம் லல்லா) ஆலயக் கட்டுமானப் பணிகள் நடந்துகொண்டிருந்ததால் அது தடைசெய்யப்பட்ட பகுதியாக அறிவிக்கப்பட்டிருந்தது. இதுவரை எவரையும் அனுமதிக்காத கட்டுமானம் நடந்துகொண்டிருக்கும் தடைசெய்யப்பட்ட பகுதியின் வழியே எங்களை அழைத்துச்செல்ல உள்ளதாக அறிந்ததும் எங்களுக்குப் பரபரப்பேற்பட்டது. வழியெங்கும் ஏ.கே.47 ஏந்திநின்ற பாதுகாப்புக் காவலர்கள் அணிவகுத்திருந்தனர். வரிசையில் நாங்கள் மெல்ல நடந்தோம். எங்கள் குழுவினர் மெய்சிலிர்க்க ‘ஜெய் ஸ்ரீராம்’ என்று சொல்லும் கோஷமும், பலரும் ராம பக்திக் கானங்களைப் பாடும் ஒலியும் அந்த இடத்தையே பரவசமாக்க, அந்தத் தெய்வீக அதிர்வலைகளில் என் கண்களில் கண்ணீர் பீறிட்டது. ராமன் அவதரித்த புனிதமான ராம் ஜன்ம பூமியில் இன்னும் சில நிமிடங்களில் நுழைய உள்ளோம் என்ற உணர்வில் தேகம் சிலிர்த்தது.

11

நீதிமன்ற தீர்ப்புக்குப் பின் அயோத்தியில் ராமர் கோவில் எழுப்பப்பட்டு வரும் அந்த முக்கியமான பகுதி தடைசெய்யப்பட்ட பகுதியாகும். ராமர் உட்பட தசரத புத்திரர்களை வழிபட வேறொரு இடத்தில் தற்காலிகமாகக் கட்டப்பட்டுள்ள சிறிய கூடாரம் அமைக்கப்பட்ட கோவிலும் அங்கு சென்று தரிசிக்கத் தனிவழியும் உள்ளது. அதனால் புதிய கட்டுமான பகுதிக்குச் செல்ல எவருக்கும் அனுமதியில்லை. இருபத்தி நான்கு மணிநேரமும் பலத்த காவலிலுள்ள இடம் அது. ஆயினும் காசி தமிழ்ச் சங்கமம் மூலமாக அழைத்துச் செல்லப்படுபவர்களுக்கு மட்டும் கட்டுமானப் பகுதிக்குச் சென்று அங்கு கட்டப்பட்டு வரும் புதிய கோவிலைக் காணச் சிறப்பு அனுமதி அளிக்கப்பட்டிருந்தது.

தடைசெய்யப்பட்டுள்ள நுழைவுப் பகுதியின் வழியாக உள்ளே சென்றால், தற்காலிக கோவிலிலுள்ள ராமரைத் தரிசித்துவிட்டு வேறொரு வழியின் மூலமாகத்தான் வெளியில் வருவோம் என்பதால் செருப்புகளைப் பேருந்திலேயே கழற்றிவிடச் சொன்னார்கள். தவிர கைபேசிகளுக்கும் அனுமதியில்லை. ஒரு சிறிய பர்ஸ் எடுத்துச் செல்லக்கூட அனுமதியில்லை. கோவில் உண்டியலில் சேர்ப்பதற்காகக் கொண்டுசென்ற காணிக்கைப் பணத்தை மட்டும் நான் என் கைகளில் எடுத்துச் சென்றேன். அவ்வளவு கட்டுப்பாடுகளிருந்தன.

பெண் காவலர்கள் பெண்களையும், ஆண் காவலர்கள் ஆண்களையும் தனித்தனியே பரிசோதித்த பிறகுதான் உள்ளே அனுமதிக்கிறார்கள். இத்தனை

பரிசோதனைகளுக்குப் பிறகும் எப்படியோ சிலர் தங்கள் கைபேசிகளை மறைத்து உள்ளே எடுத்து வந்திருந்ததுதான் வியப்பு. கோவில் கட்டுமானம் நடக்குமிடம் என்பதால் அந்தப் பகுதி முழுக்க இடிபாடுகளும் கற்களுமாக இருந்தன. என்னால் வெறுங்காலுடன் நடக்க முடியவில்லை. கூரிய கற்கள் உள்ளங்காலைப் பதம்பார்க்க, மிகவும் அவஸ்தையுடன் நான் நடப்பதைப் பார்த்த எங்கள் குழுவைச் சேர்ந்த ஓர் இளம்பெண், “ஆண்ட்டி, இந்தாங்க என் செருப்பை அணிந்து கொள்ளுங்கள்” என்று கழற்றிக் கொடுத்தாள். அவளுக்கு நன்றி சொல்லிவிட்டு அவளது செருப்பை அணிந்துகொண்டு நடந்தேன். கட்டுமானப் பகுதியை நெருங்கும்போதே மனமும் உடலும் என்னமோ செய்தது. திரேதா யுகத்துடன் தொடர்புடைய புனித மண்ணில் நிற்கிறோமென்ற உணர்வு.

உள்ளே கட்டுமானப் பகுதியில் நடந்துகொண்டிருந்த பணிகளை விழிவிரியப் பார்த்துக்கொண்டிருந்த என் மனம் இரண்டு யுகங்கள் பின்னோக்கிச் சென்று திரேதா யுகத்தில் நின்றது. அழகான பெரிய அரண்மனை. அதனைச் சுற்றிலும் நந்தவனங்கள். அங்கே கொள்ளை அழகுடன் நான்கு குழந்தைகள் விளையாடிக்கொண்டிருந்தனர். அதோ அந்த நீலத்தாமரை போன்ற மலர்ந்த முகமும் நிறமும் கொண்ட பாலகனின் முகத்தில்தான் எத்தனை கனிவு! என்னவொரு அழகான நீலமேனி...! எதனால் நீல நிறம்? ஆகாசமும் சமுத்திரங்களும் ஏன் நீல நிறமாய்த் தெரிகின்றன? ஏனெனில், அவை எல்லையற்றவை, ஆழம் காண இயலாதவை. எல்லா நிறங்களையும் விழுங்கி நீலத்தை மட்டுமே பிரதிபலிக்கின்றன. ஒரு கைக் கடல்நீரை அள்ளியெடுத்துப் பார்த்தால் அதில் நீலமிருக்காது. தூர இருந்து பார்க்கத்தான் எல்லையற்ற ஆகாசம் நீலநிறம். அதில் ஊடுருவிச் செல்லச் செல்ல அது நிறமற்ற வெறும் வெளியினால் ஆனதே. அதுபோல்தான் ராமனும் கிருஷ்ணனும். அவர்கள் எல்லைகளற்றவர்கள், முடிவற்றவர்கள், பாற்கடல் வாசனின் அவதாரங்கள். ‘விஸ்வாகாரம் ககன ஸத்ருஷம் மேக வர்ணம் சுபாங்கம்’ என்கிறது விஷ்ணு ஸஹஸ்ரநாமம்.

அந்த நான்கு குழந்தைகளும் தாங்கள் ஜனித்த பூமியில் ஓடியாடி விளையாடிக்கொண்டிருப்பது போலவே எனக்குத் தோன்றியது. அவர்கள் இந்த மண்ணில் என்னென்ன விளையாட்டெல்லாம் விளையாடி மகிழ்ந்திருப்பார்கள்? இந்த நந்தவனத்திலோ அல்லது மாளிகையின் மாடத்திலோ அமர்ந்துதான் கோசலை ராமனுக்கு நிலவைக் காட்டிப் பாலமுது ஊட்டியிருப்பாளோ? என்னென்ன கதைகளெல்லாம்

அவள் அவனுக்குச் சொல்லியிருப்பாள்? அவன் வளர வளர அவனது பொறுமையும் நிதானமும் அன்பும் நற்குணங்களும் கண்டு பூரித்திருப்பாளோ? என்ன தவம் செய்தனை கோசலை!

நான் தசரத புத்திரர்கள் விளையாடிய அந்தப் பூமியைத் தொட்டுக் கண்ணில் ஒன்றிக்கொண்டேன். ஸ்ரீராமனையே ஸ்பரிசித்த சிலிர்ப்பு. ஆலயக் கட்டுமானப் பணிகள் நடந்துகொண்டிருந்த இடத்தை ஏறிட்டுப் பார்த்தேன். அவதார காலத்தில் மட்டுமா அவன் பிரச்சினைகளை எதிர்கொண்டான்? இரண்டு யுகங்கள் கழிந்தும்கூட அவன் ஜனித்த பூமிக்குத்தான் எத்தனை பிரச்சினைகள்! கலியுகத்திலும் மாற்று மதத்தினர் அவனை அவனது பூமியிலிருந்து கிளப்பி வனவாசம் அனுப்பினார்கள். இம்முறை அவனது வனவாசம் ஐந்நூறு ஆண்டுகள் நீடித்திருக்கிறது. இறுதியில் தர்மம் வென்று, இதோ அவன் மீண்டும் தன் பூமியில் எழுந்தருள இருக்கிறான். அவன் குடியேறுவதற்காக இங்கே மிகப் பெரிய ஆலயம் எழுப்பப்பட்டு வருகிறது. இந்த மண்ணில் மீண்டும் ராமராஜ்யம் மலர்கிறது.

ஒரு சதுர் யுகம் என்பது நான்கு யுகங்களைக் கொண்டது. ஆயிரம் சதுர் யுகங்களைக் கொண்டது ஒரு கல்பம், அதாவது பிரம்மாவின் ஒரு நாள். அந்த பிரம்மா தோன்றுமிடமோ, பாற்கடல் வாசனின் நாபிக் கமலத்தில். பிரம்மனையே படைப்பவனின் ஓர் அவதாரம்தான் ராமன். அவனது அவதார பூமியான அயோத்தி கோவில் இடிக்கப்பட்டு ஐந்நூறு வருடங்களாகின்றன. நமக்குத்தான் அவை ஐந்நூறு நீ...ண்ட வருடங்கள். ஆனால் பிரம்மனுக்கும் விஷ்ணுவுக்கும்? மேற்படி கணக்கைக்கொண்டு கணக்கிட்டுப் பார்த்தால் ஐந்நூறு ஆண்டுகளென்பது அவர்களுக்கு அணுவினும் பல லட்சம் மடங்கு சிறியது. மும்மூர்த்திகளைப் பொறுத்தவரை கண்ணிமைக்கும் நேரத்திற்கும் குறைவான சமயத்திற்குள் ராம் ஜன்ம பூமியின் அழித்தலும் ஆக்கமும் இடைவெளியின்றி நிகழ்ந்துவிட்டதாகவே கருதவேண்டும். நமக்குத்தான் ஐந்நூறு பெரிது. ஆனால் இந்த ஐந்நூறாவது ஆண்டில் இதைக் காண்பதற்கு நாமும் இருக்கிறோம் என்பதே பெருமை. அழிப்பதற்கு ஒருவனிருந்தால் ஆக்குவதற்கும் ஒருவர் இருப்பாரன்றோ?

●

கட்டுமானம் நடக்குமிடத்திற்குச் சற்றுத் தள்ளி, தரை முழுவதும் விரிப்புகளும், அதன் மீது நாங்கள் அனைவரும்

அமர்ந்துகொள்ளும் வகையில் பிளாஸ்டிக் நாற்காலிகளும் போடப்பட்டிருந்தன. அங்கே எங்கள் அனைவருக்கும் தேநீரும் பிஸ்கட்களும் வழங்கப்பட்டன. சற்று நேரத்தில் எங்களுக்குக் கட்டுமானப் பணிகள் குறித்து விவரிப்பதற்காக எல் அண்ட் டி நிறுவனத்தைச் சேர்ந்த தலைமைப் பொறியாளர் ஒருவரும், இத்திட்டத்தின் தலைமை வடிவமைப்பாளரான ஒரு பெண்மணியும் வந்தனர். இருவருமே தமிழர்கள் என்பது சிறப்பு. ராமர் கோவில் கட்டுமானம் குறித்துப் பல அரிய தகவல்களை அவர்கள் எங்களுக்குத் தெரிவித்தனர்.

ராம் ஜன்ம பூமியின் மொத்த நிலப்பரப்பு 70 ஏக்கர். அதில் 2.70 ஏக்கரில் ராமனுக்கான ஆலயம் பிரம்மாண்டமாக எழுப்பப்படுகிறது. ஆயிரம் ஆண்டுகளுக்கு மேலாக நிலைத்திருக்கும் வகையில் பதினான்கு மீட்டர் தடிமனும், 21 மீட்டர் உயரமும் கொண்ட ரோலர் காம்பாக்ட் செய்யப்பட்டு, கான்கிரீட்டால் உருவாக்கப்பட்ட செயற்கைப் பாறையின் மீது மூன்று தளங்கள் உள்ள நாகர பாணிக் கோவில் கட்டப்பட்டு வருகிறது. இதன் நீளம் 380 அடியும், அகலம் 250 அடியும், உயரம் 161 அடியும் கொண்டதாக இருக்கும். இதில் மொத்தம் 392 அழகிய தூண்கள் இருக்கும். இக்கோவில் கட்டுமானத்தில் இரும்பு பயன்படுத்தப்பட மாட்டாது. மூத்த குடிமக்கள் மற்றும் மாற்றுத் திறனாளிகள் வசதிக்காகச் சரிவுப்பாதை வசதிகள் மற்றும் மின்தூக்கிகள் அமைக்கப்படும். பக்தர்கள் தங்கள் உடைமைகளைப் பாதுகாப்பாக வைக்க லாக்கர்கள் அமைக்கப்படும். பிரதக்ஷிணப் பாதையில் அத்தனை தெய்வங்களுக்கும் துணை ஆலயங்கள் அமைக்கப்படும். வால்மீகி, விஸ்வாமித்திரர், அகஸ்தியர், குகன், சபரி, அகலிகை என ராமாயணத்துடன் தொடர்புடைய அனைவருக்கும் தனித் தனிச் சந்நிதிகள் அமைக்கப்படும். கோவிலைச் சுற்றிலும் நந்தவனங்கள் அமைக்கப்படும். ஒரே சமயத்தில் 25,000 யாத்ரீகர்கள் தங்குவதற்கு வசதியாகத் தங்குமிடங்கள் கட்டப்பட உள்ளன. முற்றிலும் இந்தியத் தொழில்நுட்பத்தில் வடிவமைக்கப்படவுள்ள இக்கோவிலின் வரைபடங்கள் சென்னை ஐஐடியில் தயாரிக்கப்பட்டு எல் அண்ட் டி நிறுவனத்தால் கட்டப்பட்டு வருகிறது.

இதன் கட்டுமானத்தில் என்ன மாதிரியான பளிங்குக் கற்கள் தேர்ந்தெடுக்கப்பட்டு உபயோகிக்கப்பட உள்ளன என்பது போன்ற முக்கியமான விவரங்களைப் பகிர்ந்துகொண்ட அந்தப் பெண் வடிவமைப்பாளர் கூறிய இரண்டு விஷயங்கள் அனைவரையும் கரவொலி எழுப்ப வைத்தது. ஒன்று, ‘வருகிற

2024ம் ஆண்டு ஜனவரி மாதம் கோவில் பணிகள் முழுமையடைந்த பின், நாங்கள் இதனை உங்களிடம் ஒப்படைத்துவிடுவோம்' என்று அவர் சொன்ன விதம் நம் ஒவ்வொருவரிடமுமே ராமர் கோவிலை ஒப்படைப்பது போன்ற உணர்வைத் தந்தது. மற்றொன்று, 'இந்தக் கோவிலில் ஸ்ரீராமரை வழிபடச் சிறப்புக் கட்டணங்கள் எதுவும் வசூலிக்கப்பட மாட்டாது, அனைவருக்குமே இலவச தரிசனம்தான்' என்றது. இதைவிட வேறென்ன வேண்டும். நாம் எல்லோருமே குழந்தை ராமனுக்கு முன் சமமென்ற நிலையைவிட வேறென்ன சந்தோஷம் இருக்கமுடியும்?

மேற்படியான அனைத்துத் தகவல்களையும் காசி தமிழ்ச் சங்கமம் மூலம் வந்தவர்களுக்கு விவரமாகக் கூறியதன் மூலம் நாங்கள் எந்த அளவுக்குக் கொடுத்துவைத்தவர்கள் என்று எங்களுக்கு உணர்த்தினார்கள். பிறகு அங்கிருந்து, தற்காலிகமாகக் கோவில் அமைந்துள்ள இடத்திற்குச் சென்று தசரத குமாரர்களை வழிபடுவதற்குக் கிளம்பினோம். எங்களில் பலர் ராம் ஜன்ம பூமியில் எழும்பிக்கொண்டிருக்கும் கோவிலின் முன்பு புகைப்படம் எடுத்துக்கொள்ள, பலரும் தங்கள் கையில் வைத்திருந்த சிறு சிறு கவர்களில் ராம் ஜன்ம பூமியின் புனித மண்ணைத் தங்கள் பூஜையறையில் வைத்துப் பூஜிக்க, பக்தியோடு எடுத்துக்கொண்டனர்.

ஸ்ரீராமர் பிறந்த இடமென்பதாலும், ராமர் தன் பால பருவத்தில் தன் சகோதரர்களோடு வளர்ந்த இடமென்பதாலும் அயோத்தியிலுள்ள கோவிலில், ராமன், லக்குவன், பரதன், சத்ருக்னன் நால்வரும் குழந்தை வடிவாகவே உள்ளனர். இதனால் வட இந்தியர்கள் அவனை 'ராம் லல்லா' என்றே அழைக்கின்றனர். லல்லா என்றால் குழந்தை. திருமணமாவதற்கு முந்தைய பருவத்தினர் என்பதால் இங்கு சீதை இல்லை. ஆனால், 'புதியதாகக் கட்டப்படவுள்ள கோவிலின் இரண்டாம் தளத்தில் அமையவுள்ள ராம் தர்பாரில், ஸ்ரீராமன் பட்டாபிஷேக கோலத்தில் காட்சியளிப்பான்' என எங்களுக்குத் தெரிவிக்கப்பட்டது.

மேலே ராமர், கீழே லக்குவன், வலப்புறம் பரதன், இடப்புறம் சத்ருக்னன் என நான்கு குட்டி விக்கிரகங்களைத் தற்காலிகக் கோவிலில் காணமுடியும். நாங்கள் வரிசையில் நின்று தற்காலிகக் கோவிலுக்குள் சென்றோம். செருப்பை அணிந்துகொண்டே செல்ல அனுமதித்தார்கள். செருப்போடு உள்ளே நுழைய என் மனம் ஒப்பவில்லையென்றாலும், அது இன்னொருவருடைய செருப்பு, அத்துடன் அவசரத்திற்குத்

தரப்பட்டது என்பதாலும், அதை அங்கே கழற்றினால் மீண்டும் எடுக்க முடியாது என்பதாலும், வேறுவழியின்றி ராமனிடம் மன்னிப்பு கேட்டவாறு நடந்தேன். சந்நிதிக்கு இருபதடி தொலைவிலிருந்துதான் தசரத புத்திரர்களை நம்மால் தரிசிக்க முடியும் என்றாலும், தெளிவாகவே காண முடிந்தது. குட்டி குட்டியாக இருந்தனர் நால்வரும். இதற்குத்தானே ராமா இத்தனை காலம் காத்திருந்தோம்! 'புதிய கோவிலில் பிரதிஷ்டை செய்யப்பட்டு, நீங்கள் நால்வரும் உங்கள் யதாஸ்தானத்தில் அமர்ந்த பிறகு, மீண்டுமொருமுறை வந்து உன்னைத் தரிசிப்பதற்கு அனுக்கிரஹிக்க வேண்டும்' என மனமுருக குழந்தை ராமனிடம் வேண்டிக்கொண்டேன். தரிசனத்தின்போதே அனைவருக்கும் பிரசாதங்கள் தரப்பட்டன.

மனநிறைவுடன் ராம் ஜன்ம பூமியிலிருந்து வெளியில் வந்து பேருந்தில் ஏறினோம். மனத்தில் ராமனைச் சுமந்துகொண்டே பயணித்தது என் மனம். புராணங்களும் இதிகாசங்களும் நமக்கு எத்தனையோ விஷயங்களைப் போதித்தாலும் அதை நாம் அனுபவபூர்வமாக உணரும்போதுதான் அதன் வலிமை எத்தகையதென்று நமக்கு விளங்குகிறது. பலவிதங்களில் ஸ்ரீராமனுக்கும் எனக்குமான சில அனுபவங்கள் என்னால் மறக்க முடியாதவை. என் நினைவுகள் சற்றே பின்னோக்கிச் சென்றன.

12

வடநாட்டில் என்னை மிகவும் கவர்ந்த விஷயம் ஒன்றுண்டு. அங்குள்ள ஹிந்துக்கள் ஒருவரையொருவர் சந்திக்கும்போது 'ஜெய் ஸ்ரீராம்' என்றோ, 'ஜெய் ஸ்ரீகிருஷ்ணா' என்றோ, 'ஜெய் போலேநாத்' என்றோ பரஸ்பரம் வாழ்த்துத் தெரிவித்துக்கொள்ளும் வழக்கத்தைக் கொண்டிருக்கிறார்கள். பெரும்பாலும் அவர்கள் வாழும் இடத்திலுள்ள ஹிந்துக் கடவுளின் பெயரைச் சொல்லி வாழ்த்திக்கொள்வது வழக்கம். சோம்நாத் சென்ற சமயம் 'ஜெய் சோம்நாத்ஜி' என்ற வாழ்த்துத்தான் எங்கெங்கும் கேட்டது. அதேபோல் துவாரகாவில் 'ஜெய் ஸ்ரீகிருஷ்ணா' அல்லது 'ராதே கிருஷ்ணா'. காசியில், 'ஜெய் போலேநாத்' அல்லது 'ஜெய் மகாதேவ்'.

இப்படி இறை நாமம் சொல்லி வாழ்த்திக்கொள்ளும் பழக்கம் நானறிந்த வரையில் தமிழ்நாட்டில் இல்லை. வடஇந்திய ஹிந்துக்கள் பெரும்பாலும் உச்சரிக்கும் தாரக மந்திரம் எதுவென்றால் அது 'ஜெய் ஸ்ரீராம்' என்பதுதான். அப்படியென்ன சிறப்பு அதற்கு? காஞ்சி மஹா பெரியவா, ராமநாமம் குறித்து என்ன சொல்லியிருக்கிறார் என்பது தெரிந்தால் நாமும் அதை இடைவிடாது உச்சரிக்கத் தொடங்குவோம்.

காஞ்சி மஹா பெரியவர், தன்னிடம் ஏதோவொரு பிரச்சினையைச் சொல்ல வந்திருந்த ஒரு பக்தரிடம், 'ராமா ராமா ராமா' என்ற மந்திரத்தைச் சொல்லிக்கொண்டே இரு. அப்படி ராம நாமம் சொல்லும் இடத்திற்கு ஆஞ்சநேயர் வந்துவிடுவார். ராமநாமம் சொல்லப்படும் இடத்திற்கு சீதா தேவி

வந்துவிடுவார். ராமா ராமா என்றால், ராமரைப் பூஜிக்கும் பரமேஸ்வரனும் அந்த இடத்திற்கு வந்துவிடுவார். ஈசன் வந்துவிட்டால், அங்கு அம்பாள் வந்துவிடுவார். சிவனும் அம்பாளும் இருக்குமிடத்திற்கு விநாயகரும் முருகனும் வந்துவிடுவார்கள். பிள்ளையார், முருகன் வந்துவிட்டால் அங்கு லட்சுமி கடாட்சம் வந்துவிடும். லட்சுமி கடாட்சம் வந்துவிட்டால் அங்கு லட்சுமி தேவி வந்துவிடுவார். லட்சுமி தேவி வந்துவிட்டால் அங்கு மகாவிஷ்ணு வந்துவிடுவார். பிறகென்ன அங்கே தசாவதார மூர்த்திகளையும் பார்த்துவிடலாம். இப்படி எல்லோரும் அந்த இடத்திற்கு வந்துவிட்டால் தேவர்கள், முனிவர்கள், ரிஷிகள் அனைவரும் அங்கு வந்துவிடுவார்கள். இத்தனை பேர்களும் ஒன்றாக இருக்குமிடத்தில் துன்பம் பறந்தோடி விடாதா!' என்று கூறியிருக்கிறார்.

ராம நாமத்தின் சக்தி அத்தகையது. சின்ன வயதிலேயே ராமாயணம், மகாபாரதம் இவற்றையெல்லாம் படித்தும், பலருடைய உபன்யாசங்களில் கேட்டுமிருக்கிறேன். தினந்தோறும் ஸ்ரீராமஜயம் எழுதும் வழக்கமும் சிறுவயதிலிருந்தே இருக்கிறது. ஆயினும் ராம நாமத்தின் மகிமையை அனுபவபூர்வமாகவே பலமுறை உணர்ந்திருக்கிறேன். நான் உணர்ந்த இரண்டு தருணங்களை இன்றளவும் என்னால் மறக்க முடியாது.

2006ல் நான் கயிலை யாத்திரை சென்றிருந்தேன். பேருந்து மூலம் நேபாள எல்லை கடந்த எங்கள் குழு திபெத்தில் 'நியாலம்' என்ற இடத்தில் தங்கியிருந்தது. அதுவரைக்கும்தான் பேருந்துப் பயணம். கயிலையிலிருந்து திரும்பி வரும் குழுக்கள் நியாலத்தில் இறங்கிய பிறகு அங்கிருந்து பேருந்தில் நேபாளத்திற்குச் செல்வார்கள். அவர்கள் வந்திறங்கிய லேண்ட் க்ரூய்சர் ஜீப்கள் பிறகு எங்களுக்கு ஒதுக்கப்பட்டு நான்கு பேருக்கு ஒரு ஜீப் என எங்களுக்கான வண்டிகள் அங்கு தயாராக இருக்கும். ஆனால் ஏனோ மறுநாள் காலை எங்களைக் கயிலை வரைக்கும் அழைத்துச் செல்லவேண்டிய லேண்ட் க்ரூய்சர் ஜீப்கள் வந்து சேராததால், நாங்கள் நியாலத்திலிருந்து கயிலை நோக்கிப் புறப்படுவது கேள்விக்குறியாயிற்று. கயிலை யாத்திரை என்பது ஷெட்யூல்படி நடக்கவேண்டிய ஒரு யாத்திரை. எந்த இடத்தில் தாமதம் ஏற்பட்டாலும் அது கயிலைத் தரிசனம் கிடைப்பதைப் பாதிக்கும். கடுங்குளிரில் நாங்கள் எங்கள் வண்டிகளுக்காகக் காத்திருந்தோம். நேரம் ஓடிக்கொண்டிருந்தது. நேபாளத்திலிருந்து கயிலைக்குச்

செல்லும் அடுத்த குழுவும் நியாலத்திற்கு வந்து சேர, நியாலம் தங்குமிடம் நிரம்பி வழிந்தது.

எங்கள் கவலை கூடிற்று. கயிலைத் தரிசனம் கிடைக்குமா? எங்களுக்கு முன்னால் மிகப் பெரிய கேள்விக்குறி. எங்கள் ஒவ்வொருவர் முகத்திலும் கவலை. என்ன காரணமென விசாரித்ததில் சில தகவல்கள் கிடைத்தன. கடும் பனிப்பொழிவு காரணமாக கயிலையிலிருந்து கிளம்பிய ஒரு குழுவினர் மானசரோவர் தங்குமிடத்திலிருந்து கிளம்பிவர முடியாத நிலையில் உள்ளதாலும், அதேபோல், சாகா என்ற இடத்திலும் பலர் பயணத்தைத் தொடரமுடியாமல் தேங்கியிருப்பதாகவும் தகவல் கிடைத்தது. எங்கள் ஆர்கனைசர், "இன்றைக்கும் வண்டி வரவில்லையென்றால், நீங்கள் எல்லோரும் கைலாஷ் சென்றாலும் பரிக்கிரமா செய்யமுடியாது. கைலாஷ் தரிசனம் மட்டும் செய்துவிட்டு அப்படியே திரும்ப வேண்டியிருக்கும்" என்றார்.

எங்களில் பலர் நம்பிக்கையிழக்கத் தொடங்கினர். லட்ச ரூபாய் வரை செலவழித்து இத்தனை தூரம் வந்தும் கயிலைநாதன் சோதிக்கிறானே என்று வாய்விட்டுப் புலம்பினர். நான் இந்தக் கயிலை தரிசனம் கிடைப்பதற்காக ஐந்தாண்டுகள் சிவபூஜை செய்து வேண்டிக்கொண்டு வந்திருக்கிறேன். இவ்வளவு தூரம் வரச்செய்தவன் நிச்சயம் சோதிக்கமாட்டான் என்று நம்பினேன். எங்களுக்கடுத்து வந்திறங்கிய குழுவில் ஒரு ஸ்வாமிஜி இருந்தார். அவர், எங்களுக்கான வண்டிகள் வந்து சேராத விஷயமறிந்து எங்களில் சிலரை அருகில் அழைத்துப் புன்சிரிப்போடு ஹிந்தியில் எங்களிடம் பேசியதை ஒருவர் ஆங்கிலத்தில் மொழிபெயர்த்தார்.

"உங்களுக்கு விஷ்ணு சகஸ்ரநாமம் தெரியுமல்லவா, அதில் ஓரிடத்தில் என்ன சொல்லியிருக்கிறது,

> 'ஸ்ரீ ராம ராம ராமேதி ரமே ராமே மனோரமே
> சஹஸ்ர நாம தத்துல்யம் ராம நாம வரானனே'

'அழகிய முகத்தைக் கொண்ட எனது சதியே, ஸ்ரீ ராம ராம ராம என்று மனத்துக்கு இனியவனாகிய ராமனிடத்தில் நான் ஆனந்தம் அனுபவிக்கிறேன். அந்த ராம நாமம், சஹஸ்ர நாமத்துக்குச் சமமானது' என்று சிவபெருமான் பார்வதி தேவியிடம் சொல்வதாக அர்த்தம் இதற்கு. எனவே உங்கள் உடைமைகளை 'பேக்' செய்து ரெடியாக வைத்துக்கொண்டு இடைவிடாது ராமநாமம் சொல்லுங்கள். ராமநாமம்

சிவனுக்குப் பிரியமானது. சிவனின் பரிபூரண அனுக்கிரகம் உங்களுக்குக் கிடைக்கும். கயிலைத் தரிசனமும் செய்வீர்கள்” என்றார். நாங்களும் அவர் சொன்னபடியே, ராம நாமமும் பஞ்சாட்சரமும் தொடர்ந்து சொன்னோம்.

அடுத்த அரைமணியில் காட்சிகள் மாறின. ஒன்றன் பின் ஒன்றாக எங்களுக்கான ஜீப்கள் வரிசையாக வந்தன. அடுத்த ஒருமணி நேரத்தில் நாங்கள் நியாலத்திலிருந்து கிளம்பினோம். வேறெங்கும் தாமதம் ஏற்படவில்லை. குறித்த நேரத்தில் கயிலையின் அடிவாரத்தை அடைந்தோம். தெளிவான நீலவானத்தின் பின்னணியில் கயிலையின் தரிசனமும் கிடைக்க, மானசரோவரை வலம் வந்து, பின்னர் எங்களது மூன்றுநாள் கயிலை பரிக்கிரமாவையும் செய்துமுடித்தோம்.

எங்கள் ஷெர்பா ஒருவர் எங்களிடம் சொன்ன தகவல் மிகவும் வியப்பளித்தது. வட இந்திய ஸ்வாமிஜி ஒருவர் தொடர்ந்து ஆறுமாத காலம்கூட பசி, குளிர் எதையும் பொருட்படுத்தாது, கயிலையிலுள்ள ஏதேனுமொரு குகையில் தங்கித் தியானத்தில் அமர்ந்துவிடுவாராம். அப்படியொருமுறை அவர் கயிலைச் சிகரத்தின் அடியிலுள்ள சப்தரிஷி குகையில் தியானத்திலிருந்தபோது, கயிலையின் உள்ளிருந்து ராமநாமம் ஒலிப்பது தனக்குக் கேட்டதாகக் கூறியிருக்கிறார். இதைக் கேட்டதும், நியாலத்தில் அந்த ஸ்வாமிஜி சொன்ன விஷ்ணு ஸஹஸ்ரநாம வரிகள் நினைவுக்கு வந்தது.

‘ஶ்ரீ ராம ராம ராமேதி ரமே ராமே மனோரமே
சஹஸ்ர நாம தத்துல்யம் ராம நாம வரானனே’

அம்புப் படுக்கையில் பீஷ்மர் கூறிய சத்தியத்தையே அவரது அனுபவமும் உணர்த்தியது.

●

எட்டு வருடங்களுக்கு முன்பு ராமேஸ்வரம் செல்வதற்காக நானும் என் உறவினரும் ஏற்பாடு செய்திருந்தோம். என் இரண்டாவது மகள் அப்போது எட்டுமாத கர்ப்பிணி. நாங்கள் ராமேஸ்வரம் கிளம்புவதற்கு 25 நாட்களுக்கு முன்பு அவளுக்கு நடந்த வழக்கமான ஸ்கேன் பரிசோதனையில் அவளது வயிற்றுச் சிசுவுக்கு இதயத் துடிப்பில்லையென மருத்துவர் கூறியதும், நாங்கள் துடித்துப் போனோம். பிறகு மருத்துவர்கள் செயற்கை வலியை ஏற்படுத்த, குழந்தை இறந்த நிலையில் பிறந்தது. நாங்கள் ராமேஸ்வரம்

செல்வதை கேன்சல் செய்துவிடலாமென முடிவுசெய்தோம். ஆனால், என் பெண் எங்களிடம், பயணத்தை கேன்சல் செய்யவேண்டாம். தயவுசெய்து ராமேஸ்வரம் சென்று, எனக்காக அங்கே பிரார்த்தித்து வாருங்கள் என்றாள். நாங்கள் அவள் விருப்பத்தை ஏற்றுக் குறித்த நாளில் ராமேஸ்வரம் கிளம்பினோம். ராமேஸ்வரத்தில் தரிசனம் முடித்துக்கொண்டு தனுஷ்கோடிக்குச் சென்றோம். அங்கே கடலில் கால் நனைத்தபடி பைனாகுலர் மூலம் பார்த்ததில் தூரத்தில் ராமர் பாலத்தின் மீது அலைகள் மோதி மேலெழும்புவதைக் காணமுடிந்தது.

ராமர் பாலத்தை அருகில் சென்று பார்ப்பதற்கு ஒரு மணல்திட்டு போன்ற ரோடு இருந்தாலும் அதில் செல்ல அனுமதியில்லை. பாதுகாப்பு அதிகாரிகள் அதில் செல்வதைக் காணமுடிந்தது. நான் மீண்டும் பைனாகுலர் வழியே ராமர் பாலத்தின் மீது அலைகள் மோதி மேலெழும்புவதைக் கண்டேன். வானர சேனைகளுடன் இலங்கைக்கு ஸ்ரீராமன் பாலம் அமைக்கும் காட்சி எனக்குள் தெரிந்தது. எந்தப் பொறியியல் படிப்பும் படிக்காத ராமன் திரேதா யுகத்தில் அமைத்த பாலம் இந்தக் கலியுகத்திலும் ராமனது பயணத்தின் சாட்சியாக இருக்கிறது. பாலம் அமைக்கும்போது அவனது மனநிலை எப்படியிருந்திருக்கும்! பிரிவின் வலியோடு காதலின் கனமும் சேர்ந்திருந்தாலும், அந்தக் கற்கள் இலகுவாய்க் கடலில் மிதந்தவாறு ஒன்றோடொன்று உறுதியாக இணைந்து நிற்க, அவனது மலர்ப்பாதங்கள் அதன்மீது பதிந்து நடந்து செல்வதற்கு அந்தக் கற்கள் எத்தனை புண்ணியம் செய்திருக்கவேண்டும்!

பாரதத்தின் எப்பகுதிக்குச் சென்றாலும் அங்கே ஸ்ரீராமனின் நினைவும் கூடவே வரத்தான் செய்கிறது. தனுஷ்கோடியிலிருந்து திரும்பி வரும்போது எங்கள் வண்டி ஓட்டுநரிடம் இன்னும் பார்ப்பதற்கு வேறேதும் முக்கியமான இடங்கள் இருக்கிறதா என்று விசாரித்தோம். “ராமநாதபுரத்தில் நீங்கள் தரிசிப்பதற்கு முக்கியமான இரண்டு கோவில்கள் இருக்கின்றன. நீங்கள் ‘ஓகே’ என்றால் அழைத்துச் செல்கிறேன்” என்றார். “அதற்கென்ன போவோம்” என்றோம்.

அப்படி அவர் எங்களை அழைத்துச் சென்று முதலில் நிறுத்திய இடம் திருப்புல்லாணியிலுள்ள ஆதிஜெகந்நாதர் கோவில். இக்கோவில் அதற்கு முன் நான் பெரிதாகக் கேள்விப்படாத ஒன்று. உள்ளே சென்ற பிறகுதான் அக்கோவிலின்

பெருமைகளை அங்குள்ள திருத்தல வரலாறுகள் மூலம் அறிந்து வியந்தோம். புத்திர பாக்கியத்தை அருளும் ஸ்தலம் அது என்றறிந்தோம். அந்த இடத்தில்தான் தசரதர் புத்திர பாக்கியம் வேண்டுமென்று ஆதிஜெகந்நாதரை வழிபட்டு, அங்கே நாகலிங்கம் ஒன்றை பிரதிஷ்டித்து, ஆதிஜெகந்நாதர் அருளிய மூலமந்திரத்தைக் கூறி புத்திரகாமேஷ்டி யாகம் செய்திருக்கிறார். அதன் பிறகுதான் ரிஷ்யசிருங்கர் செய்த ஹோமத்தில் பாயசம் கிடைத்து ராம லக்ஷ்மண பரத சத்ருக்னர் நால்வரும் பிறந்தார்களாம். தசரதர் பிரதிஷ்டை செய்து வழிபட்ட நாகலிங்கம் இன்றும் அங்கிருக்கிறது. அதனால் இக்கோவிலில் குழந்தையில்லாதவர்கள் வந்து புத்திரகாமேஷ்டி ஹோமம் செய்து பாயசம் நிவேதித்து வழிபடுவதுண்டாம். நிவேதனமான பாயசத்தில் ஒரு துளி நமக்குக் கிடைத்தாலும் அது கொடுப்பினை என்று சொன்னார்கள். தவிர இதற்கு மற்றொரு சிறப்பும் உண்டு. ஸ்ரீராமர் சீதையைத் தேடிவந்தபோது சமுத்திரத்தைத் தாண்டுவதற்கு முன்பு, சமுத்திர ராஜனிடம் அனுமதி கேட்டு இக்கோவிலில்தான் தர்ப்பைப் புற்களைப் பரப்பிவைத்து அதன் மீது சயனித்து மூன்றுநாள் காத்திருந்தாராம். அதனால் இங்கு தர்ப்ப சயன ராமருக்கு ஒரு சந்நிதியும் இருக்கிறது. அதில் இலக்ஷ்மணன் ஆதிசேஷனாக இருக்க, அதன்மீது தர்ப்பாசனத்தில் ஸ்ரீராமர் சயனித்திருக்கிறார். இங்கு சீதையில்லை.

இப்பேர்ப்பட்ட உன்னதமானதொரு கோவிலுக்கு நாங்கள் வந்து சேர்ந்ததற்கு இறையருளே காரணமென நினைத்தேன். எங்களோடு என் மகள் வராவிட்டாலும் விரைவில் அவளுக்குச் சந்தான பாக்கியம் அருளுமாறு ஆதிஜெகந்நாதனிடம் நாங்கள் மனமுருக வேண்டிக்கொண்டோம். குழந்தை பிறந்த பின் அந்தக் குழந்தையோடு இங்கு வருவதாகவும் தெய்வத்திடம் கூறினோம். எங்கள் பிரார்த்தனையை முடித்து, பிரகாரம் வலம் வந்தபோது எனக்கொரு நப்பாசை. ஒரு துளிப் பாயசம் கிடைத்தால் எவ்வளவு நன்றாக இருக்குமென்று நினைத்தேன். நாங்கள் போன நேரம் கோவிலே காலியாக இருந்தது. எங்களுக்கு வழிபாடு செய்துவைத்த பட்டரும் சந்நிதியைப் பூட்டிக்கொண்டு சென்றுவிட்டார். சரி, நமக்கு அதிர்ஷ்டமில்லையென நினைத்தவாறு பிராகாரம் சுற்றினோம். அப்போது ஓரிடத்திலிருந்து, ‘ஏங்க இங்கே வாங்க’ என்றழைக்கும் சத்தம் கேட்டது. யாரோ யாரையோ அழைக்கிறார்கள் என்று நினைத்தோம். ‘ஏங்க உங்களைத்தான்’ என்று மீண்டும் அழைக்க, நான் திரும்பிப்

பார்த்தேன். ஒரு பெண்மணி என்னைத்தான் அழைத்தார். நாங்கள் அவரருகில் சென்றோம். அவரருகே ஒரு குழந்தை விளையாடிக்கொண்டிருந்தது. 'இந்தாங்க சாமி பாயசம்' என்றபடி ஒரு தம்ளரை நீட்டினார். முக்கால் தம்ளர் பால் பாயசம் அதிலிருந்தது. அதை வாங்கும்போதே எனக்கு உடல் சிலிர்க்க, கண்ணீர் பெருகியது. கிடைக்காதென நினைத்ததை யாரோ கூப்பிட்டுக் கொடுக்கிறார்கள் என்றால் என்னவென்று சொல்ல!

'என் மகளுக்குப் புத்திரபாக்கியம் கிடைக்கட்டும். அவளுக்கு இதைக் கொண்டுபோக முடியாதென்பதால் அவளுக்காக நாங்கள் இதனை அருந்துகிறோம். பலனை அவளுக்குக் கொடு' என்றபடி நானும் என் சம்பந்தியும் ஆளுக்கொரு வாய் பாயசம் அருந்தினோம். என் தலைமீது கைகளை உயர்த்தித் தெய்வத்திற்கு நன்றி சொன்னேன். அடுத்த நான்காவது மாதத்தில் என் மகள் மீண்டும் கருவுற்றாள். பேரழகுடன் ஆரோக்கியமான ஒரு பெண் குழந்தையை ஈன்றெடுத்தாள். சில வருடங்கள் கழித்து அந்தக் குழந்தையுடன் மீண்டும் திருப்புல்லாணி ஆதிஜெகந்நாதர் கோவிலுக்குச் சென்று வழிபட்டு வந்தாள். இப்போது நினைத்தாலும் எனக்கு வியப்பாக இருக்கிறது. அன்று அந்த ஓட்டுநர் வடிவில் எங்களை அந்தக் கோவிலுக்கு வரவழைத்து மகளுக்குப் புத்திரபாக்கியம் கேட்டு வேண்ட வைத்தது யார்? கண்டிப்பாக இறையருளன்றி வேறென்ன!

ராமனிருக்குமிடம் சீதைக்கு மட்டுமல்ல நம் எல்லோருக்குமே அயோத்திதான். ராமநாமம் என்பது வெறும் மந்திரமல்ல, அது ராமனையே ஸ்பரிசிப்பதற்கு ஒப்பானது. அவனது அருகாமையை நமக்கு உணர்த்தும் தாரக மந்திரம் அது. ராமன் இருக்குமிடத்தில் அனைத்துத் தெய்வங்களும், முப்பத்து முக்கோடித் தேவர்களும் இருப்பார்கள். மற்ற யுகங்களைப்போலக் கடும் தவமெல்லாம் செய்யவேண்டிய அவசியமில்லாமல், கலியுகம் மிகச் சுலபமாக நமக்கு இறையருளைப் பெற்றுத் தரும். அதற்கு நம்பிக்கையுடன் உங்கள் இஷ்ட தெய்வத்தை நாம சங்கீர்த்தனம் செய்தால் போதும்.

13

ராம் ஜன்ம பூமியிலிருந்து கிளம்பிய எங்கள் பேருந்து அங்கிருந்து சரயு நதியின் கால்வாய் ஒன்றிற்கு எங்களை அழைத்துச் சென்றது. காலையில் சரயு நதியில் பார்த்த சூர்யோதயத்திற்குப் பிறகு நதியின் அருகில் சென்று அன்று எங்களுக்கு நீராட நேரமும் அனுமதியும் இல்லாததால் சரயுவின் நீரை எடுத்துத் தலையில் புரோஷணம் செய்துகொண்டு புகைப்படங்களும் எடுத்துக்கொண்டோம். பேருந்தில் செல்லும்போது அயோத்தியின் ஓரிடத்தில் லதா மங்கேஷ்கரின் நினைவாக வைக்கப்பட்டிருந்த மிகப் பெரிய கல்லினாலான வீணை கண்ணில் பட, அங்கே இறங்கிப் புகைப்படங்கள் எடுத்துக்கொண்டோம்.

இனி நேராக எங்களை பனாரஸ் ரயில் நிலையத்தில் இறக்கிவிடுவார்கள். அங்கிருந்து நேராக சென்னைக்குத் திரும்பவேண்டும். 'அயோத்தியிலிருந்து பனாரஸ் செல்ல நிச்சயம் ஏழெட்டு மணிநேரமாகும் என்பதால், வழியில் எங்கும் பேருந்தை நிறுத்தி இளைப்பாற முடியாது' என்றார் வழிகாட்டி. ஆனால் போகும் வழியில் பொட்டல்வெளியான ஓரிடத்தில் எங்கள் பேருந்து மட்டும் திடீரென நின்றுவிட்டது. ஓட்டுநரும் வழிகாட்டியும் கீழே இறங்கினார்கள். அரை மணியாகியும் பேருந்து புறப்படவில்லை. என்னாயிற்றென்று நாங்கள் எங்கள் வழிகாட்டியிடம் கேட்டோம். பேருந்தில் மிகப் பெரிய பழுது ஏற்பட்டிருப்பதாக அவர் கூறினார். அதைச் சரிசெய்யவே பல மணி நேரமாகும் என்று பேசிக்கொண்டார்கள். 'பழுதுபார்க்க முதலில்

ஆட்களை அழைத்துவரவேண்டும். அதற்கே எவ்வளவு தூரம் சென்று அழைத்து வரவேண்டுமோ? அவர்கள் வந்து பழுதுபார்த்து முடிக்க எவ்வளவு நேரமாகுமோ? கண்டிப்பாக இன்று ரயிலைத் தவறவிடத்தான் போகிறோம்' என்றதும் இதென்னடா சோதனை என்று பலரது முகத்திலும் கவலை படரத் தொடங்கிற்று.

●

நரேந்திர மோதியின் தலைமையிலான மத்திய அரசு எங்களை அழைத்துவந்து ராஜமரியாதை அளித்துப் பலத்த பாதுகாப்புகளுடன் எங்களைப் பல இடங்களுக்கும் அழைத்துச் செல்கிறது. எங்கள் பயணத்தின் ஒவ்வொரு நிமிடம் குறித்தும் மத்திய உள்துறை அலுவலகத்திற்கும் மாநில அரசுக்கும் தகவல் அனுப்பப்பட்டு அனைத்தும் கண்காணிக்கப்படுகிறது. அப்படியிருக்க, திடீரென எதிர்பாராமல் எங்கள் பேருந்தில் ஏற்பட்டிருக்கும் பழுது குறித்தும் கண்டிப்பாகத் தகவல் போயிருக்கும். அதனால் உடனடி நடவடிக்கை எடுக்கப்பட்டுவிடுமென நாங்கள் சிலர் பேசிக்கொண்டோம்.

நாங்கள் நினைத்தபடியே அடுத்த அரைமணிக்குள் சில அதிகாரிகளுடன் ஒரு போலிஸ் ஜீப் எங்கள் பேருந்திற்கு முன்பாக வந்து நின்றது. எங்களுடன் பயணித்துக்கொண்டிருந்த மற்ற மூன்று காசி தமிழ்ச் சங்கமப் பேருந்து ஓட்டுநர்களுக்கும் தகவல் கூறப்பட்டு, எங்கள் பேருந்து சரிசெய்யப்படும்வரை அவர்கள் எங்கெங்கே இருக்கிறார்களோ அங்கேயே அவர்களைத் தங்கள் பேருந்துகளுடன் காத்திருக்கச் சொன்னார்கள். அவர்கள் அதிக தூரம் சென்றிருக்கவில்லை என்பதால் அந்த ஓட்டுநர்களும் தங்கள் பேருந்துகளை நிறுத்திவிட்டு எங்கள் பேருந்தில் ஏற்பட்ட பழுதைச் சரிபார்க்க உதவிக்கு வந்துவிட்டனர். எல்லோருமாகக் கலந்து பேசினார்கள். பழுதைச் சரிசெய்வதற்கு மெக்கானிக்குகளை அழைத்துவரக் காவல்துறை அதிகாரிகள் தங்கள் ஜீப்பில் சென்றனர்.

நேரம் நகர்ந்துகொண்டிருந்தது. எங்களில் பலரது முகத்திலும் ‘குறித்த நேரத்தில் ரயிலைப் பிடிப்போமா?' என்கிற டென்ஷன் கூடியது. ‘கவலைப்படாதீர்கள், நாம் வாரணாசியை அடையும்வரை ரயில் நமக்காக நிறுத்தப்படும்' என்றார் ஒருவர். ஆனால், எங்களில் சிலர் தாங்கள் சென்னையிலிருந்து தங்களது ஊருக்குச் செல்ல டிக்கெட் ரிசர்வ் செய்திருப்பதாகவும், இந்தத்

தாமதத்தினால் அந்த ரயில்களையும் தாங்கள் தவறவிட நேரிடுமே என்றும் கவலையுடன் கூறினார்கள்.

போலிஸ் ஜீப்பில் சென்ற அதிகாரிகள் மெக்கானிக்கை அழைத்துக்கொண்டு வந்தனர். பிறகு பழுதுநீக்குவதற்கு அவருக்குத் தேவையான பொருட்களை வாங்க மீண்டும் ஒருமுறை ஜீப்பில் ஏறிச்சென்றனர். கிட்டத்தட்ட இரண்டு மணிநேரமாக எங்கள் பேருந்து ஒரு பொட்டல்வெளியில் நின்றிருந்ததால் பெண்கள் எல்லோரும் வேறுவித பிரச்சினையில் அவதிப்பட்டோம். காலையில் சாப்பிட்டது என்பதால் பசி வேறு. இயற்கை உந்துதலால் ஏற்பட்ட அவதியால், தாகம் எடுத்தாலும் தண்ணீர் குடிக்க இயலாத நிலை. சூரியன் மேற்கில் இறங்க ஆரம்பித்திருந்தான். என்னைப் பொறுத்தவரை நல்லதோ கெட்டதோ நம் வாழ்வில் நமக்கு ஏற்படும் நிகழ்வுகளை ரசித்து அனுபவித்து விடுவது என் வழக்கம். பலவிதமான அனுபவங்களால் நிறைந்ததல்லவா நம் வாழ்க்கைப் பயணம்!

எங்கள் பேருந்தில் இருந்த பலரது முகத்தில் ரயிலைத் தவறவிட்டு விடுவோமோ என்கிற கவலை படர்ந்திருந்தது. இரவு ஒன்பது மணிக்கு எங்கள் டிரெயின் புறப்பட்டுவிடும். எங்கள் பேருந்து சரிசெய்யப்பட்டு நாங்கள் அங்கிருந்து கிளம்பும்போது மாலை ஆறரை மணியிருக்கும். ஒன்பது மணிக்குள் நாங்கள் வராணசி ரயில் நிலையத்தை அடைந்தாக வேண்டும். சாதாரணமாக அயோத்தியிலிருந்து வராணசியை அடைய மூன்றிலிருந்து நான்கு மணி நேரமாகும். நாங்கள் செல்ல வேண்டிய தேசியச் சாலைகள் முழுக்க நிச்சயம் வாகன நெரிசல்களிருக்கும்.

எங்களது நான்கு பேருந்துகளும் வராணசி நோக்கிக் கிளம்பியதும் நடந்த விஷயங்களை இப்போது நினைத்தாலும் எனக்குப் பிரமிப்பாக இருக்கிறது. எங்கள் நான்கு பேருந்துகளுக்கு முன்னும் பின்னுமாக எங்கள் பாதுகாப்பிற்காக வந்த போலிஸ் பேட்ரல் வண்டிகள், எங்கள் பேருந்துகள் வேகமாகச் செல்வதற்கு வசதியாகச் சாலையில் சென்றுகொண்டிருந்த வாகனங்கள் அனைத்தையும் ஓரங்கட்டி, வாகன நெரிசல்கள் ஏதும் ஏற்படாமல், எங்கள் பேருந்துகள் விரைவாகச் செல்ல வழி ஏற்படுத்திக் கொடுத்தன. இந்த பேட்ரல் வண்டிகள் ஊருக்கு ஊர் மாறிக்கொண்டேயிருக்கும். ஒவ்வொரு ஊரை நெருங்கும்போதும் அந்தந்த ஊரைச் சேர்ந்த போலிஸ் பேட்ரல் வண்டிகள் எங்களுக்குப் பாதுக்காப்பாக வர, அதற்கு முன்பு எங்களோடு வந்த பேட்ரல் வண்டி திரும்பிச் செல்லும்.

ஒரு பிரதமரின் வாகனம் செல்லும்போது கொடுக்கப்படும் மரியாதை, காசி தமிழ்ச் சங்கமம் மூலம் சென்ற எங்கள் பேருந்துகளுக்கும் கொடுக்கப்பட்டதை என்னவென்று சொல்ல! இப்படியே கிட்டத்தட்ட இருநூறு கிலோமீட்டர் தூரத்தைக் கடந்து நாங்கள் பனாரஸ் ரயிலடியில் இறங்கும்போது ரயில் புறப்படச் சரியாகப் பத்து நிமிடமே இருந்தது. எங்கள் அத்தனை பேரின் லக்கேஜ்களையும் பேருந்திலிருந்து சரிபார்த்து இறக்கி அவரவர் லக்கேஜை எடுத்துக்கொள்வதற்குள் ரயில் கிளம்பிவிடக்கூடாதே என்ற பரபரப்புடன் எங்கள் லக்கேஜ்களை இறக்கி எடுத்துக்கொண்டு மூச்சுவாங்க ஸ்டேஷனுக்குள் செல்கையில் எங்களை வழியனுப்ப வராணசியின் அதிகாரிகளிலிருந்து பாஜகவின் பெரும் பொறுப்பில் இருப்பவர்கள் வரை நுழைவாயிலில் புன்னகையுடன் காத்திருந்தனர். அந்த அவசரத்திலும் எங்கள் ஒவ்வொருவருக்கும் நினைவுப் பரிசுகள் கொடுத்து, சால்வை போர்த்தி அவர்கள் எங்களை வழியனுப்பி வைக்க, மூச்சுவாங்க ஓடிச்சென்று எங்களது கோச்சில் ஏறி இருக்கை எண் பார்த்து அமர்ந்துகொண்டோம். அத்தனை பேரும் ஏறிவிட்டோமா என்பதை உறுதி செய்துகொண்ட பின்னர், அரைநொடிகூட தாமதமின்றி மிகச் சரியான நேரத்திற்கு பனாரஸிலிருந்து கிளம்பியது எங்கள் சிறப்பு ரயில். அந்த போலிஸ் பேட்ரல் வண்டிகள் மட்டும் எங்கள் வாகனங்கள் விரைந்து செல்ல வழி ஏற்படுத்திக் கொடுக்காமலிருந்திருந்தால் நிச்சயம் நாங்கள் ரயிலைத் தவறவிட்டிருப்போம். இழுத்து மூச்சுவிட்டவாறு நாங்கள் எங்களது இருக்கைகளில் ரிலாக்ஸ்டாக சாய்ந்தோம். பேருந்து புறப்பட்டதிலிருந்து எங்கும் நிற்காமல் பயணித்ததால் நாங்கள் எதுவுமே சாப்பிடவில்லை. ஆனால் பனாரஸ் ரயிலடியில் எங்களுக்கான இரவு உணவுகள் ஏற்கெனவே கோச்சில் ஏற்றப்பட்டிருந்தன.

ரயில் கிளம்பிய சற்று நேரத்தில் அனைவருக்கும் இரவு உணவு வழங்கப்பட்டது. இரண்டு இரவுகள், ஒரு பகல் என நீண்ட ரயில் பயணத்தின் முடிவில் நாங்கள் பெரம்பூர் ரயில் நிறுத்தத்தில் இறக்கிவிடப்பட்டோம். அங்கிருந்து ஆட்டோ பிடித்து வீடு வந்து சேர்ந்து பூஜையறையில் நன்றி சொல்லி நமஸ்கரித்தபோது கண்கள் பெருகின. எப்பேர்ப்பட்ட ராஜ யாத்திரை! அதன் ஒவ்வொரு நொடியையும் நான் அசைபோட்டு மகிழ்ந்தேன். ஊருக்கு வந்து சேர்ந்த இரண்டொரு நாளிலேயே நல்ல இருமலும் நெஞ்சுச் சளியுமாக அவதிப்பட்டேன். உடல்நலம் லேசில் சரியாகவில்லை. உடல் வேதனைகளை மறக்க என்

கவனத்தை ஓவியத்தில் திசை திருப்பினேன். கண்களை மூடினாலே எனக்குள் காட்சியளித்துக்கொண்டிருந்த காசி விஸ்வநாதரையே ஓவியமாக வரைய முடிவெடுத்தேன். நான்கு நாட்கள் என் உடல் சிரமங்களை மறந்து ஓவியம் தீட்ட ஆரம்பித்தேன். காசி விஸ்வநாதர் முழுமையடையும்போது என் உடல்நலமும் சீராகியிருந்தது. நான் வரைந்த காசி விஸ்வநாதர் ஓவியத்தை இங்கே நீங்கள் காணலாம்.

Kashi Vishwanath

ஓவியம் வரைந்து முடித்த மறுவாரம் எனக்கொரு ஃபோன் வந்தது. ஐஐடி மூலம் காசி தமிழ்ச் சங்கமம் ஒருங்கிணைப்பாளராக இருந்து, ஆரம்பத்தில் என்னோடு பேசி என் பயணத்தை உறுதிசெய்த திருமதி கலைச்செல்விதான் என்னை அழைத்துப் பேசினார்.

“மேடம், காசி தமிழ்ச் சங்கமம் தொடர்பாக விரைவில் நமது ஆளுநர் மாளிகையில் ஒரு நிகழ்ச்சி நடைபெற உள்ளது. காசி தமிழ்ச் சங்கமம் மூலமாகப் பயணித்த 2,400 பேர்களில் ஒரு பதினைந்து பேரை மட்டும் அந்நிகழ்ச்சியில் கலந்துகொள்ளவும், நமது ஆளுநருடன் இரவு உணவு உண்பதற்கும் தேர்ந்தெடுத்திருக்கிறோம். அந்தப் பதினைந்து பேர்களில் நீங்களும் ஒருவர். இதற்கான நாளும் நேரமும் விரைவில் உங்களுக்குச் சொல்கிறோம். உங்கள் ஆதார் கார்டு, மொபைல் ஃபோன் நம்பர் ஆகிய விவரங்களை எனக்கு அனுப்புங்கள்” என்றார். நான் பிரமிப்பில் சில நிமிடங்கள் பேச்சிழந்து போனேன்.

சில நாட்கள் கழித்து அவர் மீண்டும் ஃபோன் செய்து, “ஜனவரி நான்காம் தேதி மாலை ஆறு மணிக்கு ஆளுநர் மாளிகையில் நடக்கவுள்ள நிகழ்ச்சியில் கலந்துகொள்ள ஒரு மணிநேரம் முன்னதாகவே வந்து உங்கள் இருக்கையில் அமரவேண்டும்” என்று கூறினார். எனக்குள் ஒருவித பரபரப்பு பரவியது. ஜனவரி நான்காம் தேதி மாலை சரியாக ஐந்து மணிக்கு நான் ஆளுநர் மாளிகையில் பாதுகாப்புச் சோதனைகளைக் கடந்துசென்று நிகழ்ச்சி நடைபெறவிருந்த அரங்கத்திற்குள் நுழைந்தேன். குறித்த நேரத்தில் நிகழ்ச்சி ஆரம்பித்தது. காசி தமிழ்ச் சங்கமத்தை ஒருங்கிணைத்து நடத்திய ஐஐடி அமைப்பாளர்கள், தன்னார்வலர்கள் என அத்தனை பேரையும் கௌரவித்து நினைவுப் பரிசுகளை வழங்கினார் ஆளுநர்.

அன்றைக்கு ஆளுநர் ஆற்றிய உரை பொன்னெழுத்துகளால் பொறிக்கப்படவேண்டிய ஒன்றாக இருந்தது. தேசபக்தியும்

தெய்வபக்தியும் சரிசமமாகக் கொண்ட தமிழக ஆளுநர் பேசிய ஒவ்வொரு வரிக்கும் கரவொலி சப்தம் தொடர்ந்தது. அன்று அவர் பேசியதன் சாராம்சத்தைச் சுருக்கமாகப் பார்ப்போம்.

'நம் நாடு, வருகிற *25* வருடங்களில் அடைய வேண்டிய விஸ்வ குரு நிலையை நோக்கியதான உறுதியான பணியில், நம் மாண்புமிகு பிரதம மந்திரியின் தொலைநோக்குப் பார்வையையும் அர்ப்பணிப்பையும் முன்னெடுத்துச் செல்லும் வகையில், காசி தமிழ்ச் சங்கமத்தில் கலந்துகொண்டு பங்காற்றுமாறு, காசி தமிழ்ச் சங்கமம் நடத்தியோரையும் அதில் பங்குபெற்றோரையும் கேட்டுக்கொண்டார். காசி தமிழ்ச் சங்கமம் பெரும் வரலாறு காணாத நிகழ்ச்சியாக வெற்றிபெற உதவிய அமைப்பாளர்கள், தொண்டர்கள், பங்குபெற்றோர் அனைவருக்கும் தன் நன்றியைத் தெரிவித்துக்கொண்டார். சிறந்த ஒருமித்த சிந்தனையோடும் திட்டத்தோடும் அரசாங்கத்தோடு ஒருங்கிணைந்து இந்தப் பெரும் நிகழ்வை நடத்திக்காட்டிய அவர்களது சிறப்பான கூட்டு முயற்சியைப் பாராட்டினார். பாரதத்தின் பழம்பெருமையை மீட்டெடுப்பதின் ஆரம்பமாக இப்படியொரு அற்புத நிகழ்வை நடத்த எண்ணிய நம் பாரதப் பிரதமரின் யோசனையை எண்ணி வியக்கிறேன்.

இந்தப் பெரும் விழா ஒற்றுமையின் சக்தியையும், மக்களின் ஆர்வத்தையும், மக்கள் நன்மைக்காக ஏற்படுத்தப்படும் ஒவ்வொரு அரசுத் திட்டத்திலும் மக்கள் பங்குபெறுவதை உறுதிசெய்யும் விதமாக 'ஜன் அந்தோலன்' எனப்படும் மக்கள் இயக்கத்தோடு இயங்குவதையும் உறுதிசெய்துள்ளது.

முன் எப்போதும் இல்லாத வகையில், சிறந்த சக்தி வாய்ந்த தலைமையில் இப்போது பாரத தேசத்தின் தொலைநோக்குப் பார்வையில் புதிய மாற்றம் ஏற்பட்டுள்ளது. சுதந்திரத்திற்குப் பிறகு நாம் இந்தப் பாரத பூமியை ஒரே தேசமாகப் பார்க்காமல், தேசத்தின் ஒவ்வொரு பகுதியையும் வித்தியாசங்களுடனே பார்த்ததால் பல வேறுபாடுகளும் பிரச்சினைகளும் ஏற்பட்டன. தற்போது முன்னெப்போதும் இல்லாத வகையில் பாரதம் ஒரு குடும்பம் என்ற நோக்கில் இத்தேசம் பார்க்கப்படுகிறது. அற்புதமான பல இலக்குகளைக் குறித்த காலத்தின் முன்பே அடைய, ஒரு சிறந்த தலைமையின் கீழ், நேர்மறையான உணர்வோடு உள்ளும் வெளியிலும் தேசம் ஒரு எழுச்சியை உணர்கிறது. இயற்கை, சீதோஷ்ண நிலை, தொற்று போன்ற உலகப் பிரச்சினைகளில் இந்தியா தலைமைப் பொறுப்பெடுத்துப் பிரச்சினைகளுக்கான தீர்வுகளைத் தரவேண்டும் என்று உலகம் எதிர்பார்க்கிறது.

தமிழ்நாடு தேசத்தின் ஒரு முக்கிய அங்கம், ஒரு ஆத்மா. தேசத்தின் ஒரு முக்கிய அடையாளம். இதற்கு மாறாக இந்த மாநிலத்தில் எழும்பியிருக்கும் தவறான கற்பனைக் கருத்துகளை அழிக்கும் வண்ணம் இந்த ஆத்மாவை உயிர்ப்புடன் வைத்திருப்பது அவசியம். இந்த மாநிலம் தேசத்தின் ஒரு பகுதி அல்ல என்று, எல்லாத் தரப்பு மக்களுக்கும் நன்மை பயக்கும் விதமாக ஏற்படுத்தப்படும் அனைத்தையும் மறுக்கும் ஒரு கீழ்த்தர அரசியல், கல்வியாளர்களால்கூட அவர்களது தனிப்பட்ட காரணங்களுக்காகச் செய்யப்படுகிறது. இந்த விஷயத்தில் காசி தமிழ்ச் சங்கமம் பலரின் பங்களிப்போடு தேசத்தின் மீள் எழுச்சியைப் பல மக்களுக்கும் பரப்பும் சக்திவாய்ந்த பயணத்தின் ஆரம்பம் ஆகும்.'

இந்த விழாவில், காசி தமிழ்ச் சங்கமத்தில் பங்குபெற்றவர்கள் தங்கள் அனுபவங்களைப் பார்வையாளர்களுடன் பகிர்ந்துகொண்டனர். IRCTC அமைப்பாளர்கள், தொண்டர்கள், தென்னிந்திய ரெயில்வே, ஐஐடி மெட்ராஸ்

ஆகியோர் கௌரவிக்கப்பட்டனர். TAMILNADU DR.MGR மெடிக்கல் யுனிவர்சிட்டியின் முன்னாள் வைஸ் சான்சலர் டாக்டர் சுதா சேஷய்யன், சாஸ்த்ரா யுனிவர்சிட்டியின் வைஸ் சான்சலர் டாக்டர் வைத்தி சுப்ரமணியம், பேராசிரியர் காமகோடி என காசி தமிழ்ச் சங்கமத்தை வழிநடத்தியோர் தங்கள் சிறப்புரைகளை ஆற்றினர். பிரபல கலைஞர்கள் பங்குபெற்ற கலைநிகழ்ச்சிகள், விழாவின்போது நடந்தேறின. அதன் பிறகு ஆளுநருடன் ஒரே ஹாலில் அமர்ந்து நாங்கள் இரவு உணவு உண்டது மறக்க இயலாதது.

14

ஆளுநர் மாளிகை நிகழ்வுக்குப் பிறகு ஒருநாள் காசி தமிழ்ச் சங்கமம் நிகழ்வின் ஒருங்கிணைப்பாளராக இருந்து என்னோடு முதன்முதலில் தொலைபேசியில் பேசிய கலைச்செல்வி ஸ்ரீநிவாஸிடம் பேசியபோது, "இந்த ஒரு மாதத்தில் தமிழகத்திலிருந்து பன்னிரண்டு குழுக்களை அனுப்புவதற்காக நீங்கள் எத்தனையோ பேரிடம் பேசியிருப்பீர்கள். அந்த வகையில் இந்தக் காசி தமிழ்ச் சங்கமம் மூலம் பயணித்தவர்களின் பல்வேறு அனுபவங்களும் உணர்வுகளும் உங்களுடன் பகிர்ந்து கொள்ளப்பட்டிருக்கும். அவற்றில் உங்களால் மறக்க முடியாத சிலவற்றைப் பற்றிக் கூறுவீர்களா?" எனக் கேட்டேன்.

"ஆஹா...! நிறையச் சம்பவங்கள் நடந்திருந்தாலும் அவற்றில் முக்கியமான மூன்றினைச் சந்தோஷமாகக் கூறுகிறேன்" என்றவர், என்னிடம் கூறிய அந்த மூன்று விஷயங்கள் என்னை மிகவும் நெகிழச் செய்தன. அவற்றை உங்களோடும் பகிர்ந்துகொண்டால்தான் இந்தக் காசி தமிழ்ச் சங்கமம் நடத்தப்பட்டதன் மூலம் கிடைத்திருக்கும் உண்மையான பலன் எத்தகையதென்று உங்களுக்கு விளங்கும்.

அவர் கூறிய முதல் சம்பவம்:

இந்தக் காசி தமிழ்ச் சங்கமம் என்பது பரந்த நோக்கத்துடன் நம் ஹிந்துத் தர்மத்தின், கலாசாரத்தின் வேர்களை அறிய விரும்புகிறவர்கள் யாராக இருந்தாலும் அவர்களை இத்திட்டத்தின் கீழ் காசிக்கு அனுப்பும் நோக்கத்துடன் நம் பாரதப் பிரதமர் நரேந்திர மோதியால் தொடங்கப்பட்ட

ஒன்று. அதன்படி பன்னிரண்டு குழுக்களில் ஒன்றில் கிறித்தவர் ஒருவரும் விண்ணப்பித்திருந்தார். தான் அவருடன் பேசி அவர் எதனால் காசிக்குச் செல்ல விரும்புகிறார் என்று கேட்டதாகவும், அதற்கு அவர் கூறிய பதில் தனக்குத் திருப்தியளித்ததால் அவரைத் தேர்வுசெய்து அனுப்பியதாகவும் கூறியவர், மேலும் தொடர்ந்தார்.

“இதிலென்ன ஆச்சரியம் என்றால், அவர் புறப்பட வேண்டிய நாள் டிசம்பர் 25. ஒரு கிறித்தவராக இருக்கும் ஒருவருக்கு அன்றைய தினம் என்பது எவ்வளவு முக்கியம் என்பதைச் சொல்லவே வேண்டாம். கிறிஸ்துமஸ் தினத்தன்று உங்களால் கிளம்பிச்செல்ல முடியுமா என்று அவரிடம் கேட்டேன். அதற்கு அவர், ‘கண்டிப்பாகச் செல்வேன் மேடம்’ என்றார். அதேபோல டிசம்பர் 25 அன்று அவர் காசிக்குக் கிளம்பினார். பலரும் ஒரு கிறித்தவருக்கு இந்தப் பயணத்தில் என்ன வேலை என்பதுபோலத் தங்களுக்குள் பேசிக்கொண்டிருந்திருக்கிறார்கள். ஆனால், அவர் எதையும் பொருட்படுத்தவில்லை. தனது ஆறுநாள் பயணத்தை முடித்துக்கொண்டு அவர் ஊர் திரும்பியது ஜனவரி ஒன்றாம் தேதி. ஊரே பட்டாசுகள் வெடித்தும் மகிழ்ந்தும் புது வருடத்தை வரவேற்பதில் மூழ்கியிருக்க, அவர் அதுபற்றிய நினைப்பின்றித் தன் பயண அனுபவங்களில் சிலிர்த்துத் திளைத்துக்கொண்டிருந்தார். ஊருக்கு வந்த பின்பு அவர் என்னிடம் தொடர்புகொண்டு பேசி, தனது பயண அனுபவம் பற்றிக் கூறிய விஷயங்களை என்னால் மறக்கவே முடியாது. மாற்று மதத்தைச் சேர்ந்த அவர் பேசியது, என்னை மிகவும் வியப்பிலாழ்த்தியது.

‘மேடம், பிறப்பால் நான் கிறித்தவன். என் பெற்றோர் எனக்கு அறிமுகப்படுத்திய கடவுளை நான் வழிபடுகிறேன். ஆயினும், என் வேர் அதுவல்ல என்பதை நான் நன்கறிவேன். எனது தலைமுறைச் சங்கிலி ஏதோவொரு தலைமுறையில் ஏதோவொரு காரணத்தால் அறுந்து தடம் மாறிச் சென்றிருக்கிறது. இப்போது என் மனம் விடுபட்ட அந்த வேரைத் தேடிச்செல்கிறது. அந்த உந்துதலில்தான் நான் இதற்கு விண்ணப்பித்தேன். வேறெங்கும் கிடைக்காத மன அமைதியும் அதிர்வுகளும் எனக்குக் காசியில் கிடைத்தன. கங்கையில் மூழ்கியெழும்போது எனக்கேற்பட்ட சிலிர்ப்பு என் கண்களில் கண்ணீராகப் பெருக்கெடுத்து, ஓடும் கங்கையில் கலந்தது. காசி விஸ்வநாதனிடம் என் மனம்

ஒடுங்கியது. என் பாரம்பரியத்தின் வேர்கள் எனக்குப் புரிபட்டது. இப்படியானதொரு அற்புதமான அனுபவம் எனக்குக் கிடைக்கச் செய்தவருக்கு என் நன்றியும் நமஸ்காரங்களும்' என்று அவர் கூறினார்."

முதலாவது சம்பவத்தைக் கூறிய பின் கலைச்செல்வி அடுத்ததைச் சொல்ல ஆரம்பித்தார்.

"அந்த மனிதர் தென் மாவட்டத்தைச் சேர்ந்தவர். மட்பாண்டங்கள் செய்யும் குயவர். வருடத்தில் கார்த்திகை மாதம் மட்டுமே கொஞ்சம் வருமானம் பார்க்கும் வறுமையான சூழலில் வாழ்பவர். காசி தமிழ்ச் சங்கமம் பற்றி அறிந்து எப்படியோ விண்ணப்பித்து இருக்கிறார். தனக்கெல்லாம் எங்கே கிடைக்கப் போகிறதென்று நினைத்தவருக்குத் திடீரென என்னிடமிருந்து தொலைபேசி அழைப்பு சென்றதும் அவருக்கு ஒன்றும் புரியவில்லை. நான் அவருக்குக் காசி செல்ல வாய்ப்பு கிடைத்திருப்பதாகக் கூறியதும் சந்தோஷ அதிர்ச்சியில் அவர் வாயடைத்துப் போனார்.

நான் அவர் என்றைக்குப் புறப்பட வேண்டும் என்று தேதியும் நேரமும் சொல்லி அவருக்கான டிக்கெட்டை பிஎன்ஆர் நம்பருடன் அவருக்கு அனுப்புவதாகக் கூறினேன். மனிதர் பேச முடியாமல் கலங்கினார். குறித்த நாளில் காசிக்குக் கிளம்பியவர் சில நாட்கள் கழித்துக் காசியிலிருந்து எனக்கு ஃபோன் செய்தார்.

'யம்மா, இதெல்லாம் கனவா நனவான்னு எனக்குத் தெரியலம்மா. என்னைய மாதிரி ஏழைகளுக்கு இவ்ளோ மரியாதை இதுவரை யாரும் கொடுத்ததில்லை. இந்த மாதிரி ஹோட்டல்களில் எல்லாம் என்னைப் போன்ற ஆளுங்க எல்லாம் சாதாரணமா நுழைஞ்சுட முடியுமா! இதன் வாசலில் நிற்கக்கூட தகுதியிருக்கான்னு தெரியலை. இவ்ளோ வசதியான அறையில் தங்குவேன்னு நான் கனவுலயும் நினைச்சதில்லைம்மா. பெரிய பெரிய தலைவர்களுக்கெல்லாம் கொடுக்கற மரியாதையை எங்களுக்கும் கொடுக்கறாங்க. நல்ல சாப்பாடு போடறாங்க. இப்டி ராஜ மருவாதியோட காசிக்கு அயோத்திக்கு எல்லாம் வருவேன்னு நான் கனவுகூட கண்டதில்லைம்மா. பக்கத்து ஊருக்குக்கூட போகப் பணம் காசு இல்லாம கஷ்டப்படறவன்

இப்போ கங்கையில் குளிச்சு, விஸ்வநாதரைத் தரிசிச்சு… எத்தினி கோவில்… எத்தினி இடங்கள்… பாக்கறேன். அதுவும் ஒரு ரூபாகூட செலவில்லாம. அதுவும் அயோத்தி எல்லாம் எங்கேயிருக்குன்னுகூட தெரியாதும்மா எனக்கு. இதுக்கெல்லாம் காரணமானவங்க நல்லா இருக்கட்டும்மா!' இப்படிச் சொன்ன அந்தப் பெரியவர் ஃபோனிலேயே தேம்பித் தேம்பி அழத் தொடங்கிவிட்டார். என்னால் அவரைச் சமாதானப்படுத்தக்கூட முடியவில்லை. தன் சந்தோஷத்தையும் பிரமிப்பையும் அவர் கண்ணீராய் வெளிப்படுத்துகிறார் என்பது புரிந்தது எனக்கு"

என்ற கலைச்செல்வி, இதற்கடுத்த சம்பவமாக, காசி தமிழ்ச் சங்கமம் நிகழ்வின் அமைப்பாளர்களான தாங்கள் சென்ற கடைசிக் குழுவில் நடந்ததைக் கூறினார்.

"எங்களது குழுவில் எப்படியோ இறைமறுப்புக் கொள்கையைக் கொண்ட ஒரு கட்சியைச் சேர்ந்த இருவர் வந்திருந்தனர். முதலில், அது எங்களுக்குத் தெரியவில்லை. தெரிந்த பிறகு, 'சரி, ஈசன் அவர்களை அழைத்திருப்பதற்கும் ஏதேனும் காரணம் இருக்கவேண்டும்' என நினைத்தோம். ரயிலில் பயணிக்கும்போது அவர்கள் தங்களது இறைமறுப்பைப் பல்வேறு விதங்களிலும் வெளிப்படுத்தினர். பக்திப் பரவசத்துடன் அங்கே பேசிக்கொண்டிருந்த மற்றவர்களுடன் வலியச்சென்று வேண்டுமென்றே விதண்டாவாதம் செய்வதும், கிண்டல் கேலியென அவர்களை வருத்தப்படுத்துவதுமாக இருந்தனர். அவர்கள் வந்திருக்கும் நோக்கம் புரிந்ததும் எங்கள் குழுவிலிருந்தவர்கள் அவர்களுடன் எவ்வித தர்க்கத்திலும் ஈடுபடாது அமைதியாக ஒதுங்கினார்கள்.

பின்னர் நாங்கள் காசியை வந்தடைந்தோம். அங்கே கொடுக்கப்பட்ட வரவேற்பில் அந்த இறைமறுப்பாளர்கள் திகைத்தார்கள். விஸ்வநாதர் ஆலயத்திற்குச் செல்லும்போது இறை மறுப்பாளர்களாகிய அவர்கள் உள்ளே வந்தாலும் வழிபட மாட்டார்கள் என்றுதான் நான் நினைத்தேன். ஆனால், அவர்கள் எங்களுடன் விஸ்வநாதரை வழிபட்டனர். விஸ்வநாதரைத் தரிசித்த பின்பு இருவரது முகத்திலும் ஒருவித அமைதி படர்ந்திருந்தது. அதற்கான காரணம் தெரியவில்லை. அதன் பின் அதிகம் பேசவில்லை அவர்கள். மறுநாள் கங்கா ஸ்நானம் செய்வதற்குச் சென்றோம். கங்கையில் இறங்கி நீராடி முங்கியெழுந்த

சில நிமிடங்களில் இருவரும் கட்டுப்படுத்த முடியாமல் குலுங்கிக் குலுங்கி அழத் தொடங்கினார்கள். நாங்கள் பதறிப்போனோம். 'என்னாயிற்று!' என்று அருகில் சென்று அவர்களிடம் விசாரித்தோம். கண்களில் நீர் பெருக அவர்கள் எங்களிடம், 'கோயில்ல சாமி தரிசனம் செய்ததுமே உடம்பெல்லாம் என்னமோ செய்துச்சு மேடம். இப்டி ஒரு அதிர்வை வேறெங்கேயும் நாங்க உணர்ந்ததில்லை. இப்போ கங்கையில் குளிக்கும்போது என்னன்னு தெரியல, அடக்க முடியாம அழுகை வருது எங்களுக்கு, என்னாச்சுன்னு தெரியலை. இந்த மாதிரி ஒரு அதிர்வைத் தரக்கூடிய மண்ணை நாங்க இதுவரை மிதிச்சதில்லை. கடவுள் இல்லை, கடவுள் இல்லைன்னு அடுக்கு மொழியில் அழகாய்ப் பேசி எப்படியெல்லாம் எங்களை நம்ப வெச்சிருக்காங்க! அப்டி பேசறவங்களும், அவங்களை நம்பி ஏமாறுகிறவர்களும் ஒரே ஒருமுறை இங்கே வந்து பார்த்தால் தெரியும், இந்த இடத்தோட சக்தி என்னன்னு புரியும். உடம்பெல்லாம் என்னமோ செய்யுதுங்க மேடம். நல்லகாலம் நாங்க இங்கே வந்து சேர்ந்தோம். இல்லாட்டி....' அவர்கள் மீண்டும் குலுங்கியழுதார்கள். இறை மறுப்பாளர்களாக வந்தவர்கள் இறை நம்பிக்கையுடன் ஊருக்குத் திரும்பிச் சென்றனர்."

கலைச்செல்வி சொன்ன மேற்படி மூன்று சம்பவங்களையும் கேட்டதும் நான் நிறைய யோசித்தேன். இந்தக் காசி தமிழ்ச் சங்கமம் என்பதன் பின்னிருக்கும் உயர்ந்த நோக்கம் என்னவென்று இதை வாசிக்கும் உங்களுக்கும் புரிந்திருக்கும். சாதி, மதம் பார்த்து இதில் மக்கள் தேர்ந்தெடுக்கப்பட்டிருந்தால் இதில் ஒரு கிறித்தவர் சென்றிருக்க முடியாது. ஏழை, பணக்காரர் என்றெல்லாம் பார்த்திருந்தால் அந்தக் குயவர் சென்றிருக்க முடியாது. தன்னை நம்பாதவருக்கும் அருள் புரிபவனே ஈசன் என்பதை உணர்த்துவதுதான் மூன்றாவது சம்பவம். மேற்படி மூன்று சம்பவங்களுடனும் தொடர்புகொண்ட அந்த நால்வரும் இதை வெறும் யாத்திரையாக மட்டுமே கருதவில்லை. அவர்களுக்கு அங்கே சொல்லத் தெரியாத சிலிர்ப்பும் பரவசமும் ஏற்பட்டிருக்கிறது. மற்ற எல்லா இடங்களைக் காட்டிலும் காசியில் உத்தர வாஹினியாக ஓடும் கங்கைக்கு மிகப் பெரும் அதிர்வும் சக்தியும் உள்ளது. தன்னுள் மூழ்கித் திளைப்பவர்களுக்கு அவள் ஞானமளிக்கிறாள்.

காசி என்பது அவிமுக்த க்ஷேத்திரம். அதாவது, எந்தப் பிரளயத்திலும் அழியாத இடம். 'காசியையும் காசிநாதரையும்

கண்டு உருகாத மனம் கல்லால் ஆனதுதான்' என்கிறார் சுவாமி விவேகானந்தர். காசி நகரம் வசிப்பதற்கான ஓர் ஊர் மட்டுமல்ல. அஞ்ஞான இருளிலிருந்து மீண்டுவந்து ஒளியை நோக்கி மலர்வதற்கான வழியைக் காட்டும் இடம்கூட. ஏனெனில் இந்த இடத்தை சிவன் ஒரு சக்தி இயந்திரம் போலத்தான் வடிவமைத்திருக்கிறான். எந்நேரமும் ஓய்வின்றிச் செயல்பட்டு ஆற்றல் தரும் சக்தி அது. சிவனே காசி, காசியே சிவன் என்பதே உண்மை. ஆதிசங்கரரின் காசி பஞ்சகம் படித்தவருக்கு இவையெல்லாம் புரியும்.

'யஸ்யாமிதம் கல்பிதமிந்த்ரஜாலம்
சராசரம் பாதி மனோ விலாஸம் மி
ஸச்சித்ஸுகைகா பரமாத்மாரூபா
ஸா காசிதாஹம் நிஜபோதரூபா மிமி'

அதாவது, இந்திரஜாலம்போல இந்த உலகமானது நம் மனத்தில் மாயத் தோற்றத்தை ஏற்படுத்துகிறது. இவையனைத்தும் மனம் போன போக்கில் தோற்றுவிக்கப்பட்டவை. பரமாத்மாவின் சத்-சித்-ஆனந்த ரூபமே காசி. ஆகவே, நான் காசியாக இருக்கிறேன்.

இப்போது புரிகிறதா! காசிக்குச் சென்று திரும்பும் எவரும் ஏதோவொரு விதத்தில் தங்களுக்குள் மாற்றம் நிகழ்ந்திருப்பதை உணர்வார்கள். பதினாறு வயது இளைஞனாகக் காசிக்குச் சென்ற பாரதியின் தோற்றத்தில் மட்டுமல்ல, அவரது வாழ்வில்கூட அதன் பிறகுதான் மாற்றங்கள் ஏற்பட்டன. கங்கையைத் தன் மனத்தில் சுமந்துகொண்டு வந்து கவிதைகளாய்ப் பொழிந்து அவர் மகாகவியாக மாறியதும் அதன் பின்னர்தான். காசி என்பது ஒளிரும் நகரம் என்று கூறப்படுவதற்குப் பின்னால் ஆழ்ந்த ஒரு பொருளும் உள்ளதாகவே எனக்குத் தோன்றுகிறது. மாயையின் பிடியிலுள்ள நமது மன இருளை நீக்கி உண்மையெனும் ஒளியால் நம் அகத்தையும் ஒளிரச் செய்யும் சக்தி கொண்டது காசி. 'முந்தைய ஜன்மங்களில் ஏராளமான ஆலயங்களுக்குச் சென்று வழிபட்ட ஜீவராசிகளுக்கு மட்டுமே இந்த ஜன்மத்தில் காசி மாநகரின் கதவுகள் திறக்கும்' என்கிறது சிவமகா புராணம். பரிசுத்தமான பாலில் விஷம் கலப்பது எளிது. ஆனால் அந்த விஷத்தை முறித்து மீண்டும் அதைப் பரிசுத்தமாக்கும் ஆற்றல் காசிக்கும் கங்கைக்கும் மட்டுமே உள்ளது.

இதெல்லாம் தெரியாமலா பாரதப் பிரதமர் இப்படியொரு கலாசார ஆன்மிகப் பயணத்தைச் சாதாரண மக்களுக்கும்

கிடைக்கும் வகையில் நடத்தினார்! தமிழகத்திற்கும் காசிக்குமிடையேயுள்ள கலாசாரங்களை ஊரும் உலகும் புரிந்துகொள்ளும் வகையில் அற்புதமாக ஒரு பயணத்தைத் திட்டமிட்டு நடத்திக் காட்டிய, தேசபக்தியும் தெய்வபக்தியும் நிறைந்த நம் பாரதப் பிரதமருக்கு இத்தொடரின் மூலம் மீண்டும் எங்களது மனமார்ந்த நன்றியை, காசி தமிழ்ச் சங்கமத்தின் மூலம் சென்றுவந்த அனைவரின் சார்பாகவும் தெரிவித்துக்கொள்கிறேன்.

எனது இந்தக் காசி தமிழ்ச் சங்கமம் பயண அனுபவத்தைத் தொடராக எழுதவைத்த குமுதம் சிநேகிதிக்கும், இதனைப் புத்தகமாக வெளியிடும் சுவாசம் பதிப்பகத்திற்கும் என் மனமார்ந்த நன்றி.